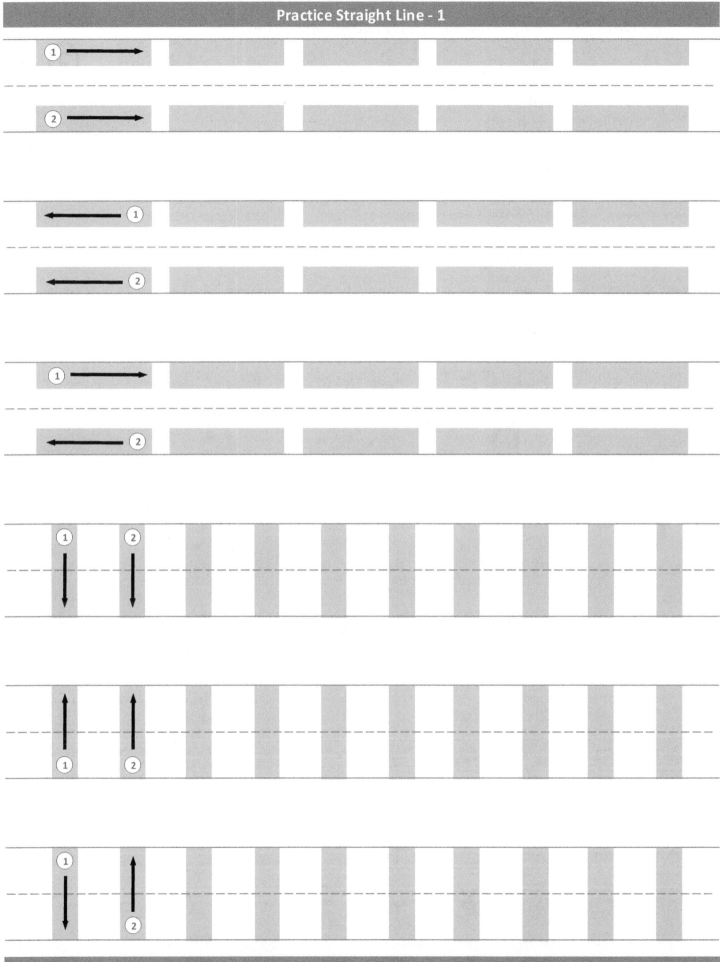

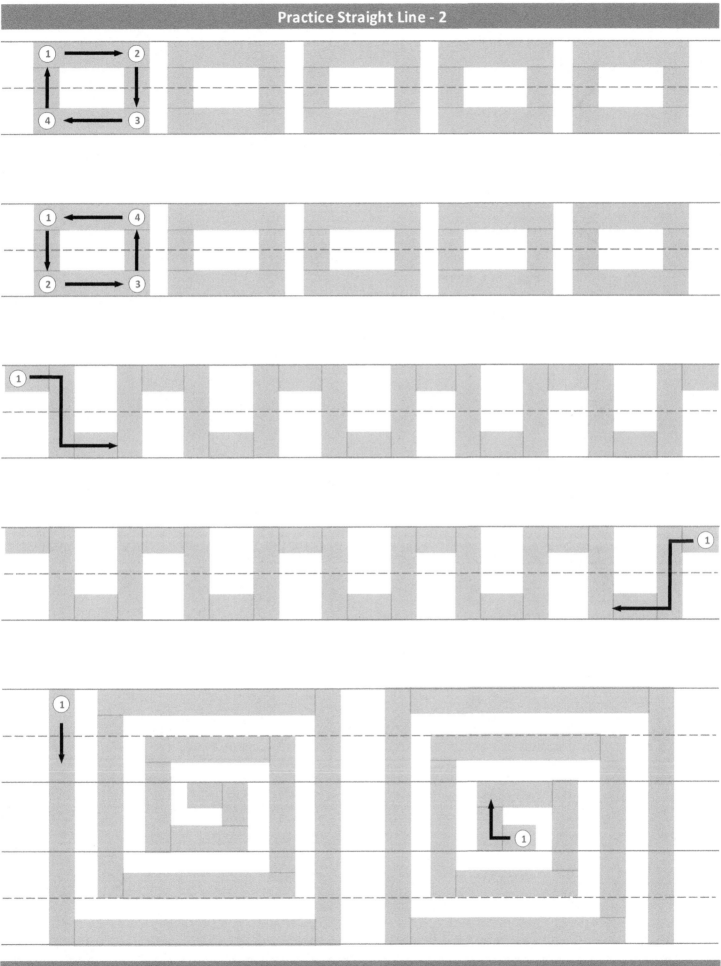

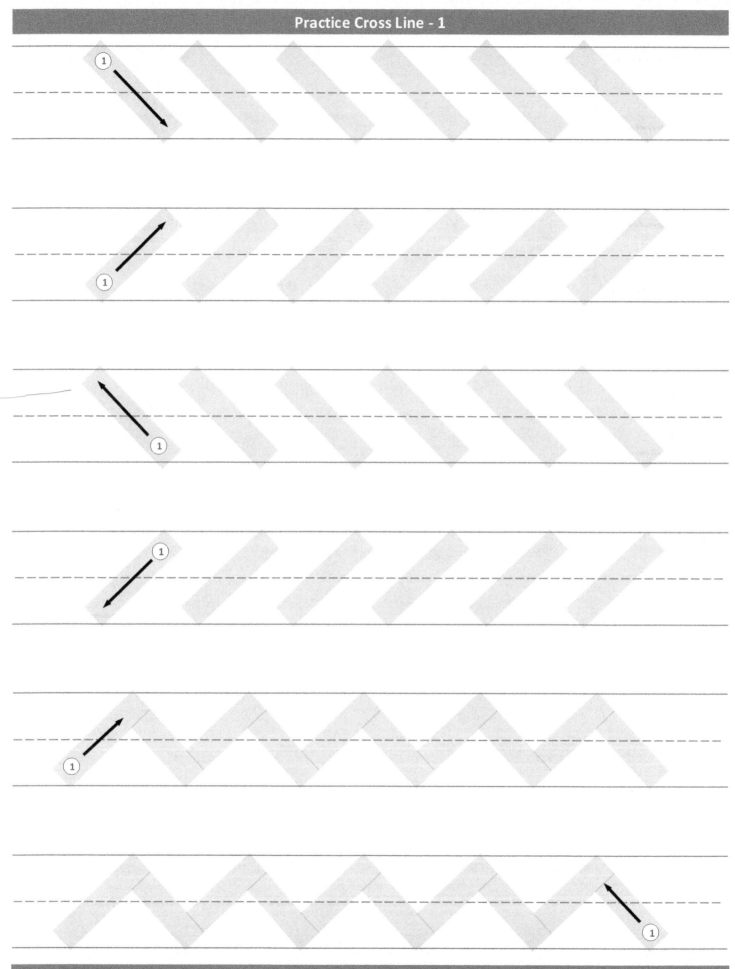

4

Practice Cross Line - 2

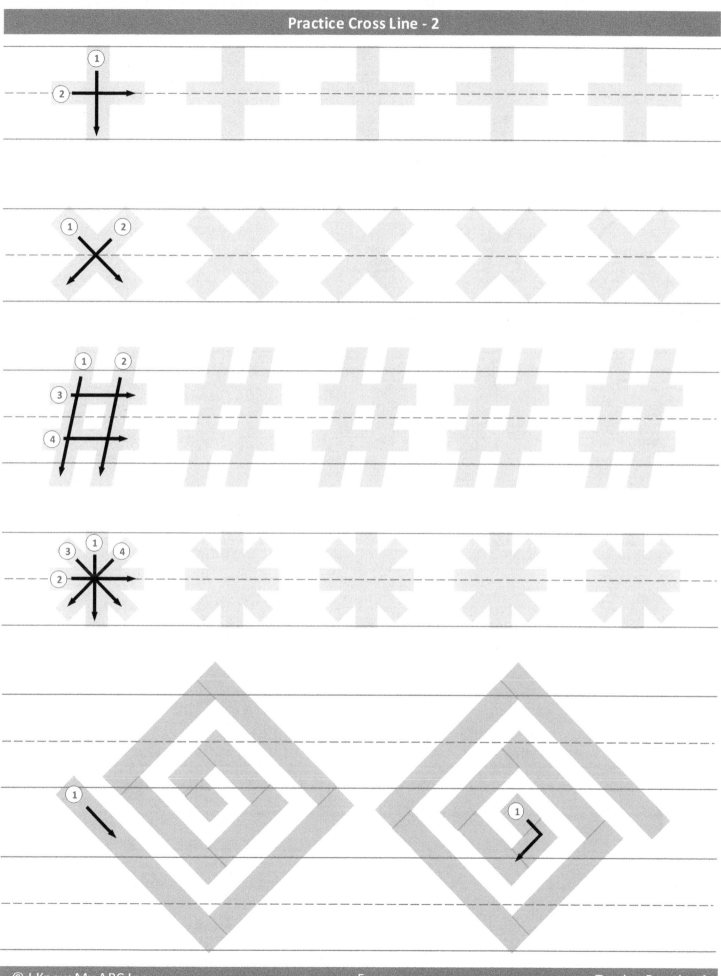

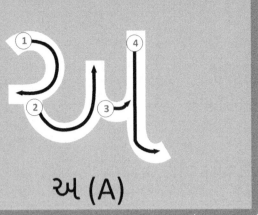

અ (A)

અનાનસ/Anaanasa/Pineapple

Pronounced as sound of " a " in " Ahead "

અ અ અ

અ અ

અ

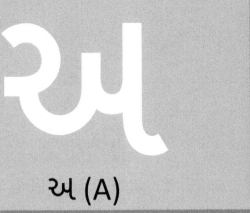

અ

અ (A)

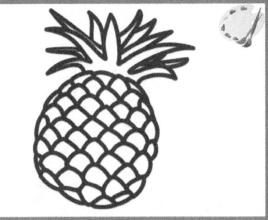

Pronounced as sound of " a " in " Metal "

અ અ અ

અ અ

અ

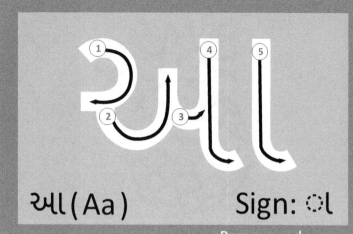

આ (Aa)   Sign: ા

આગ/Aaga/Fire

Pronounced as sound of " a " in " Cart "

આ આ આ

આ આ

આ

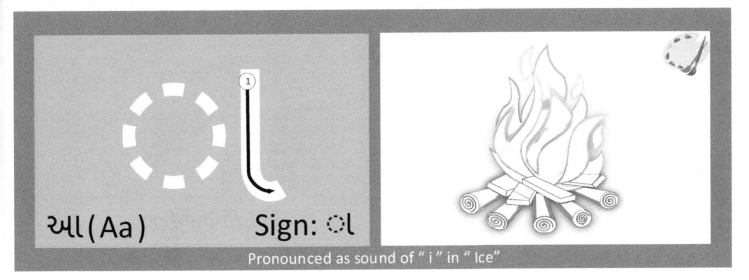

આ (Aa)

Sign: ◌ા

Pronounced as sound of " i " in " Ice"

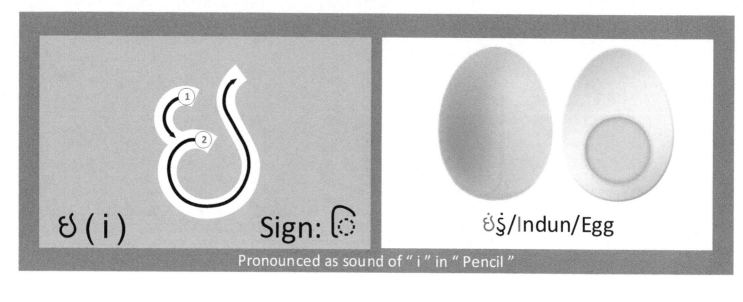

ඉ (i)

Sign: ි

ඉඳුන්/Indun/Egg

Pronounced as sound of " i " in " Pencil "

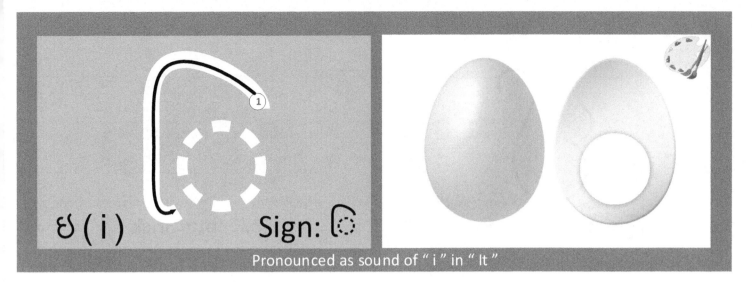

ঙ (i)   Sign: ি

Pronounced as sound of " i " in " It "

ഇ (Ee)   Sign: ി

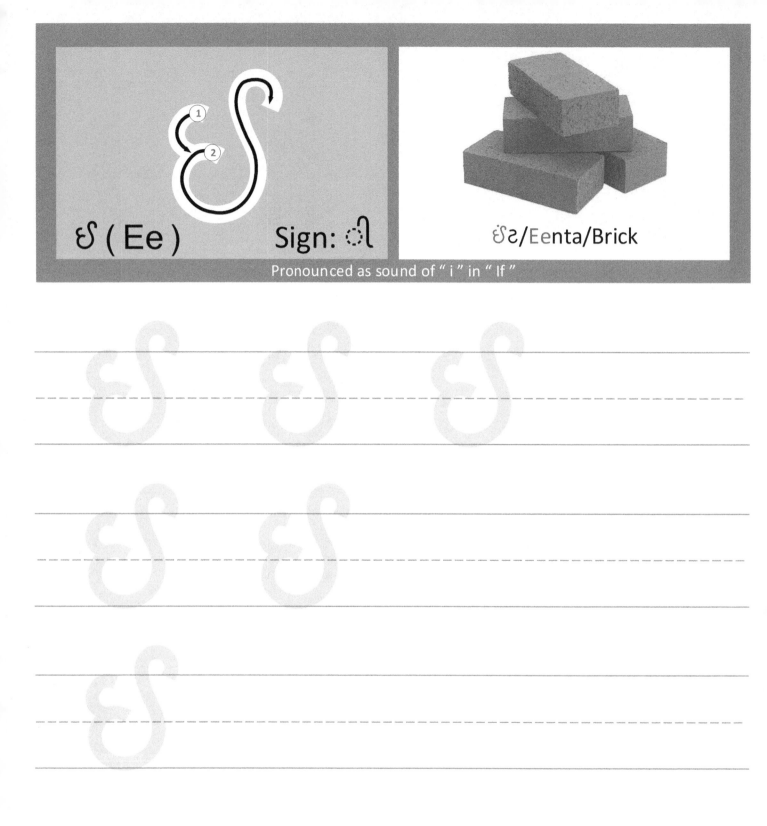

ഇട/Eenta/Brick

Pronounced as sound of “ i ” in “ If ”

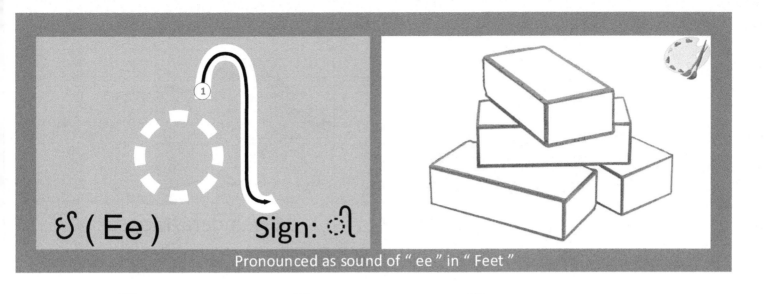

ഈ (Ee)

Sign: ◌ീ

Pronounced as sound of " ee " in " Feet "

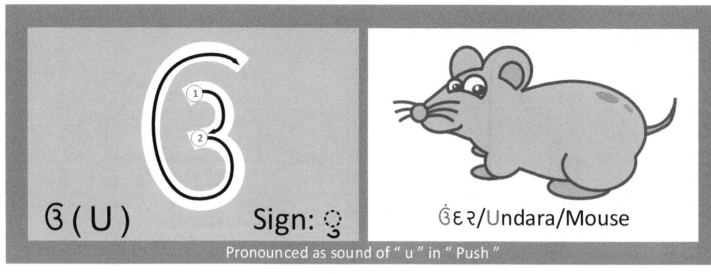

ઉ (U)

Sign: ુ

ઉંદર/Undara/Mouse

Pronounced as sound of " u " in " Push "

ઉ ઉ ઉ

ઉ ઉ

ઉ

ဤ (U) Sign: ဥ

Pronounced as sound of " u " in " Pull "

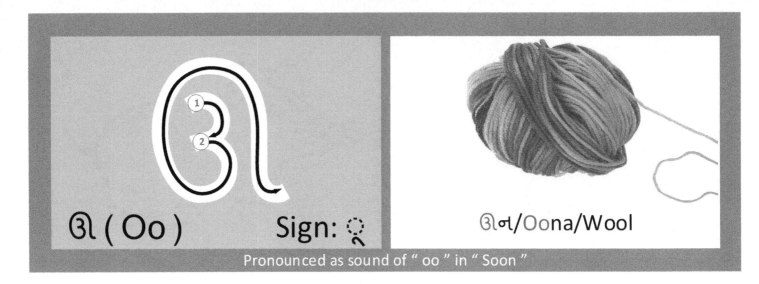

ઊ (Oo)　　　Sign: ૂ

ઊન/Oona/Wool

Pronounced as sound of " oo " in " Soon "

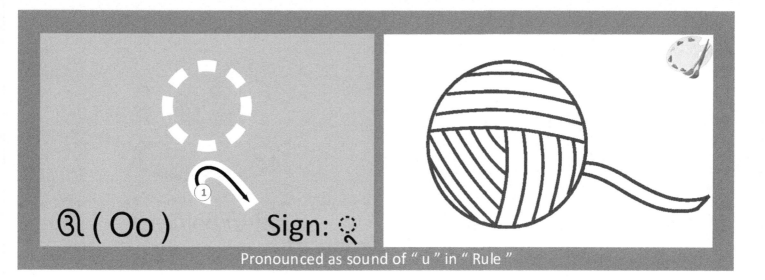

ஊ (Oo) Sign: ூ

Pronounced as sound of " u " in " Rule "

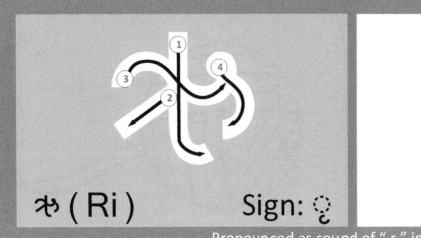

ଋ (Ri)

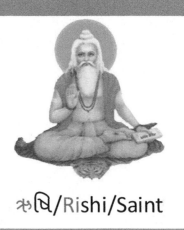

Sign: ◌ୃ

ଋଷି/Rishi/Saint

Pronounced as sound of " r " in " Riddle "

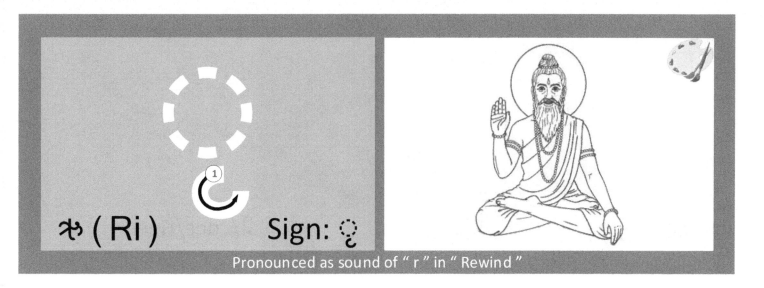

ఋ (Ri)   Sign: ృ

Pronounced as sound of " r " in " Rewind "

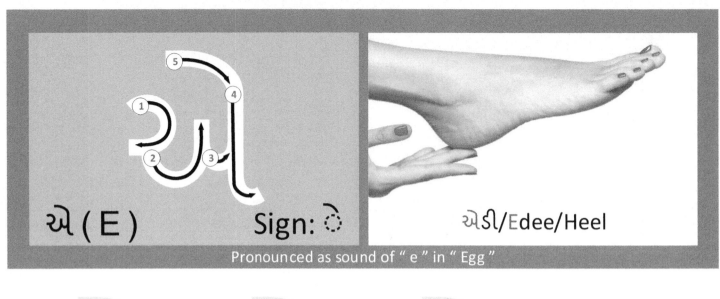

એ (E)   Sign: ◌ે

એડી/Edee/Heel

Pronounced as sound of " e " in " Egg "

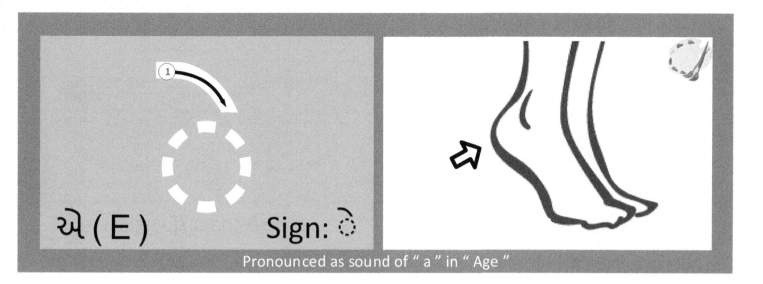

એ (E)

Sign: ◌ે

Pronounced as sound of " a " in " Age "

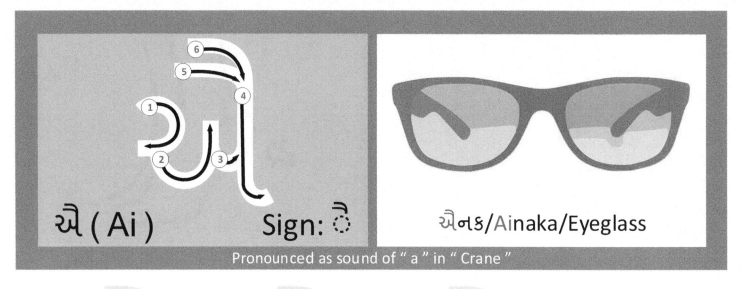

ઐ (Ai)   Sign: ૈ

ઐનક/Ainaka/Eyeglass

Pronounced as sound of " a " in " Crane "

ઐ ઐ ઐ

ઐ ઐ

ઐ

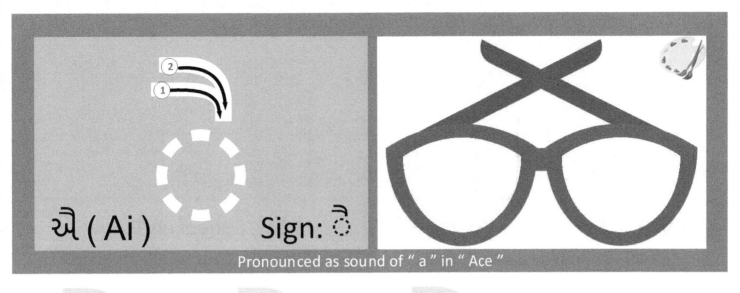

ઐ (Ai) Sign: ૈ

Pronounced as sound of “ a ” in “ Ace ”

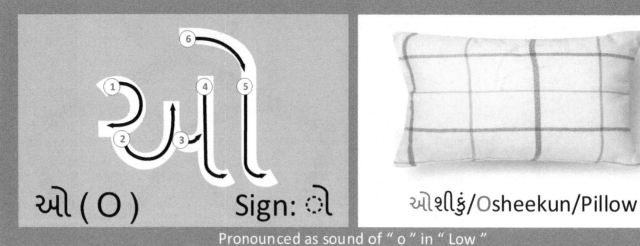

ઓ (O)   Sign: ◌ો

ઓશીકું/Osheekun/Pillow

Pronounced as sound of " o " in " Low "

ઓ ઓ ઓ

ઓ ઓ

ઓ

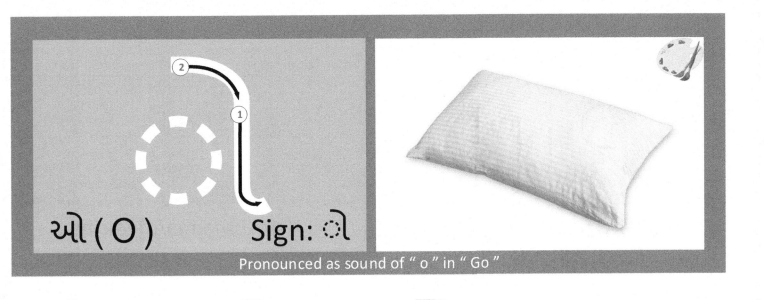

ઓ (O)   Sign: ો

Pronounced as sound of " o " in " Go "

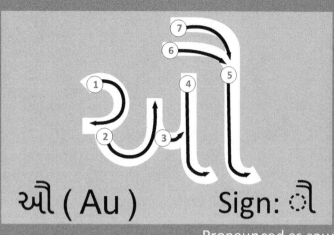

ઔ (Au) Sign: ૌ

ઔષધ/Aushadha/Medicine

Pronounced as sound of " o " in " Owl "

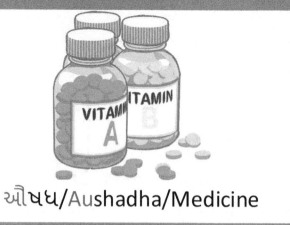

ઔ ઔ ઔ

ઔ ઔ

ઔ

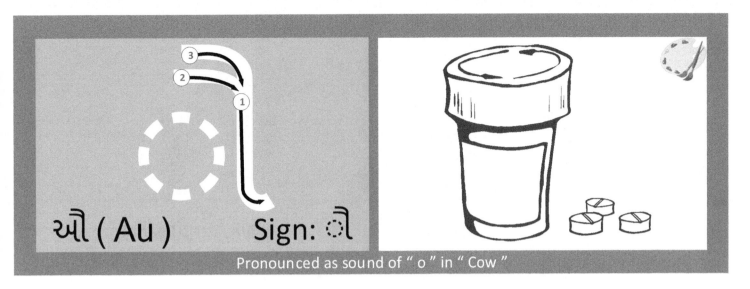

ઔ (Au) Sign: ૌ

Pronounced as sound of “ o ” in “ Cow ”

અં (An)

Sign: ં

અંજીર/Angira/Fig

Pronounced as sound of " an " in " Magician "

અં અં અં

અં અં

અં

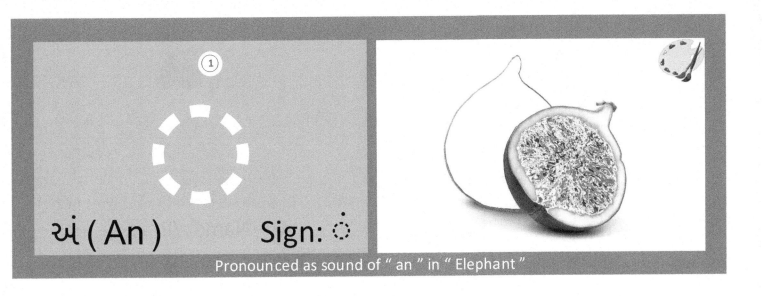

અં (An)

Sign: ં

Pronounced as sound of " an " in " Elephant "

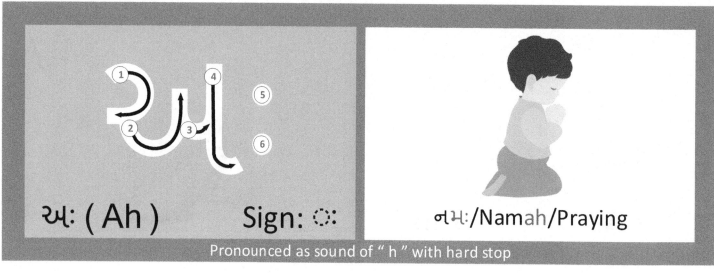

અઃ (Ah) Sign: ◌ઃ

નમઃ/Namah/Praying

Pronounced as sound of " h " with hard stop

અઃ અઃ અઃ

અઃ અઃ

અઃ

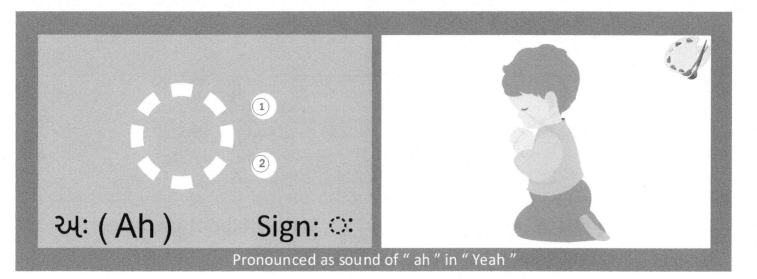

અઃ (Ah) Sign: ◌ઃ

Pronounced as sound of " ah " in " Yeah "

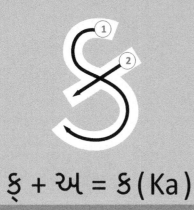

ક્ + અ = ક (Ka)

કબૂતર/Kabootara/Pigeon

Pronounced as sound of “ k ” in “ Karate ”

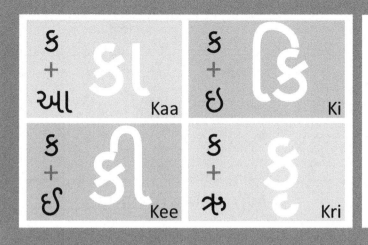

ક + આ કા Kaa	ક + ઇ કિ Ki
ક + ઈ કી Kee	ક + ઋ કૃ Kri

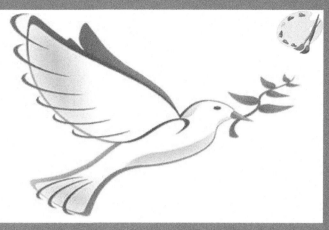

કા કા

કિ કિ

કી કી

કૃ કૃ

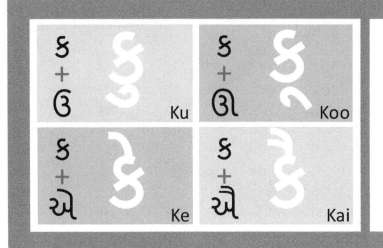

ક + ઉ	કુ Ku	ક + ઊ	કૂ Koo
ક + એ	કે Ke	ક + ઐ	કૈ Kai

કેળું/Kelun/Banana

ક + ઓ	કો Ko	ક + ઔ	કૌ Kau
ક + અં	કં Kan	ક + અઃ	કઃ Kah

કો કો

કૌ કૌ

કં કં

કઃ કઃ

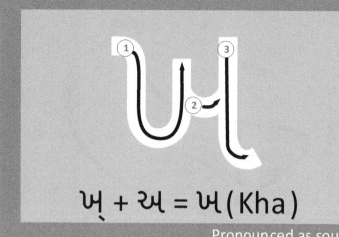

ખ્ + અ = ખ (Kha)

ખટારો/Khataaro/Truck

Pronounced as sound of " kh " in " Khaki "

ખ ખ ખ

ખ ખ

ખ

ખ + આ = ખા Khaa

ખ + ઇ = ખિ Khi

ખ + ઈ = ખી Khee

ખ + ઋ = ખૃ Khri

ખા ખા

ખિ ખિ

ખી ખી

ખૃ ખૃ

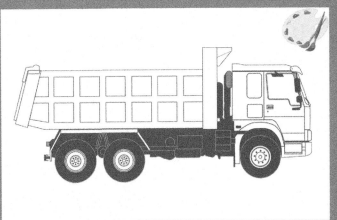

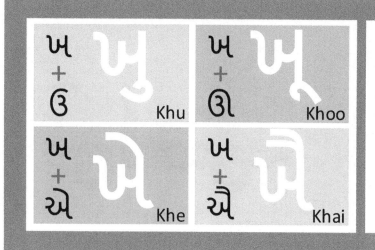

ખ + ઉ = ખુ Khu	ખ + ઊ = ખૂ Khoo
ખ + એ = ખે Khe	ખ + ઐ = ખૈ Khai

ખજાનો/Khajaanaa/Treasure

ખુ ખુ

ખૂ ખૂ

ખે ખે

ખૈ ખૈ

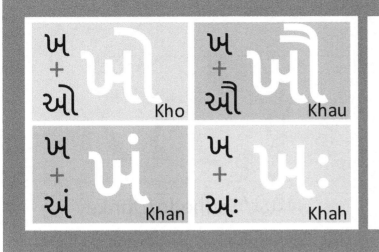

ખ + ઓ	ખો Kho	ખ + ઔ	ખૌ Khau
ખ + અં	ખં Khan	ખ + અઃ	ખઃ Khah

ખો ખો

ખૌ ખૌ

ખં ખં

ખઃ ખઃ

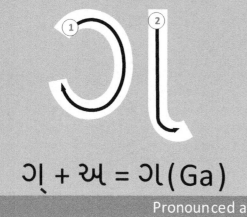

ગ્ + અ = ગ (Ga)

ગધેડો/Gadhedo/Donkey

Pronounced as sound of “ g ” in “ Gum ”

ગ ગ ગ

ગ ગ

ગ

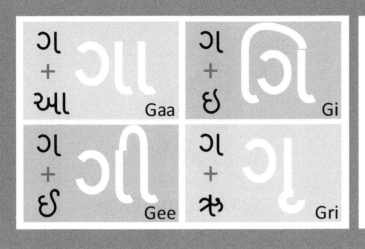

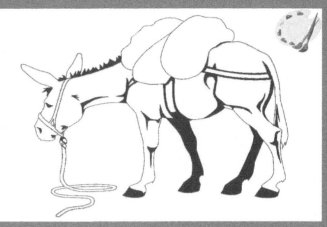

ગ + આ ગા Gaa	ગ + ઇ ગિ Gi
ગ + ઈ ગી Gee	ગ + ઋ ગૃ Gri

ગા ગા

ગિ ગિ

ગી ગી

ગૃ ગૃ

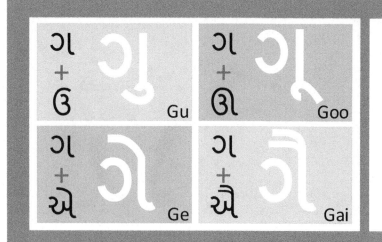

ગ + ઉ ગુ Gu	ગ + ઊ ગૂ Goo
ગ + એ ગે Ge	ગ + ઐ ગૈ Gai

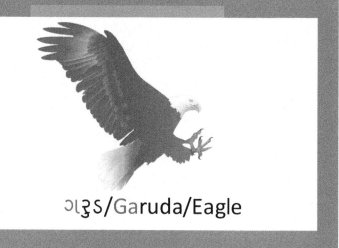

ગરુડ/Garuda/Eagle

ગુ ગુ

ગૂ ગૂ

ગે ગે

ગૈ ગૈ

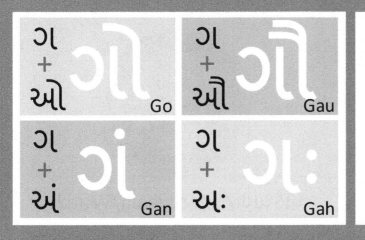

| ગ + ઓ | ગો Go | ગ + ઔ | ગૌ Gau |
| ગ + અં | ગં Gan | ગ + અઃ | ગઃ Gah |

ગો ગો

ગૌ ગૌ

ગં ગં

ગઃ ગઃ

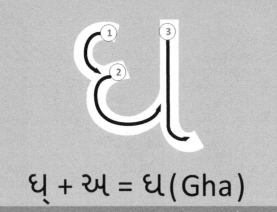

ઘ્ + અ = ઘ (Gha)

ઘડિયાળ/Ghadiyaala/Watch

Pronounced as sound of " gh " in " Ghost "

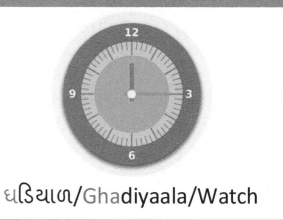

ઘ ઘ ઘ

ઘ ઘ

ઘ

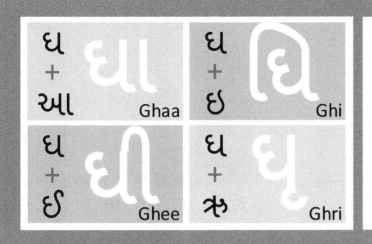

ઘ + આ ઘા Ghaa	ઘ + ઇ ઘિ Ghi
ઘ + ઈ ઘી Ghee	ઘ + ઋ ઘૃ Ghri

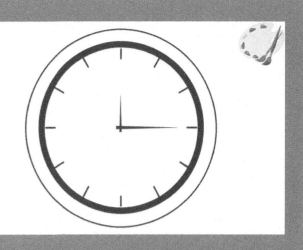

ઘા ઘા

ઘિ ઘિ

ઘી ઘી

ઘૃ ઘૃ

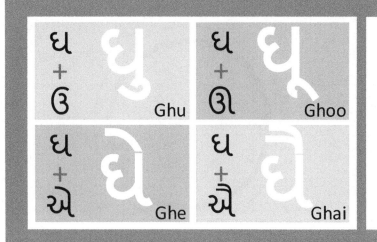

ઘ + ઉ — ઘુ Ghu

ઘ + ઊ — ઘૂ Ghoo

ઘ + એ — ઘે Ghe

ઘ + ઐ — ઘૈ Ghai

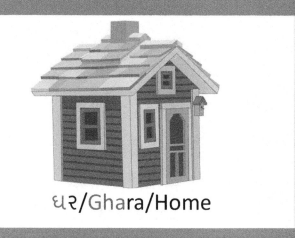

ઘર/Ghara/Home

ઘુ ઘુ

ઘૂ ઘૂ

ઘે ઘે

ઘૈ ઘૈ

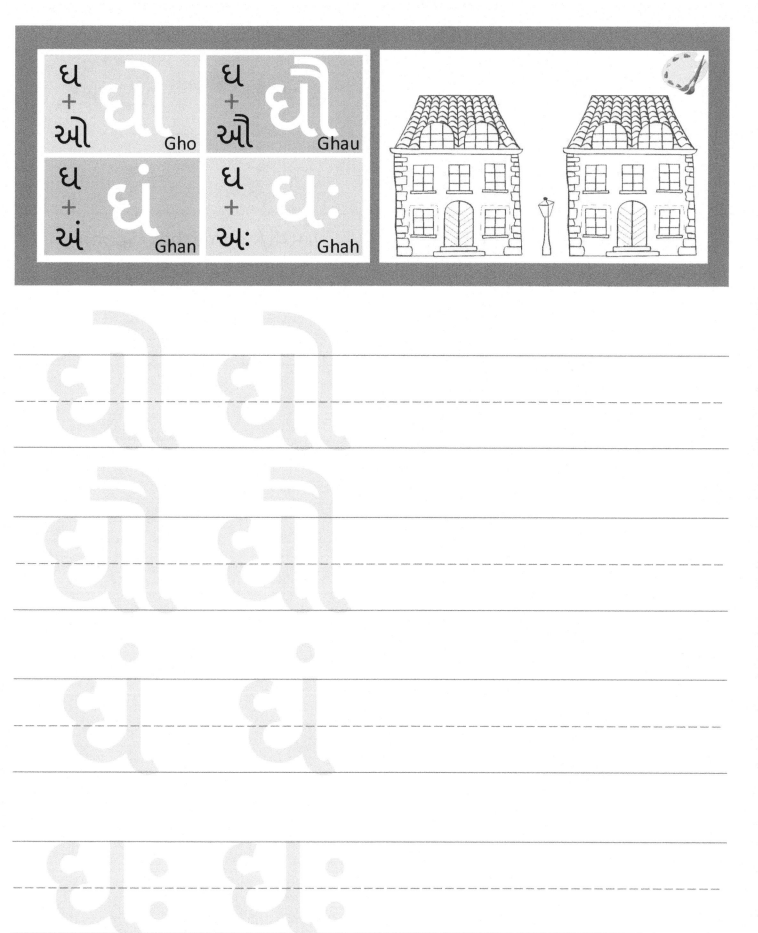

ઘ + ઓ ઘો Gho	ઘ + ઔ ઘૌ Ghau
ઘ + અં ઘં Ghan	ઘ + અઃ ઘઃ Ghah

ઘો ઘો

ઘૌ ઘૌ

ઘં ઘં

ઘઃ ઘઃ

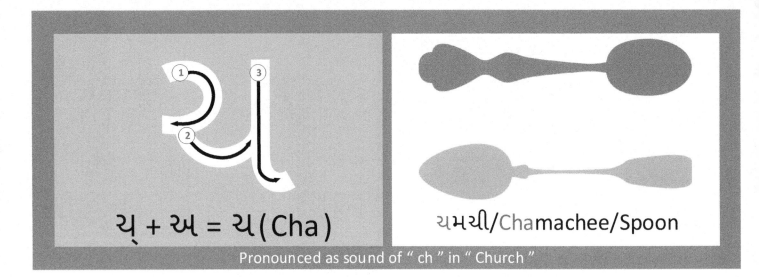

ચ્ + અ = ચ (Cha)

ચમચી/Chamachee/Spoon

Pronounced as sound of " ch " in " Church "

ચ ચ ચ

ચ ચ

ચ

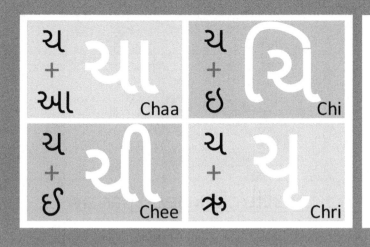

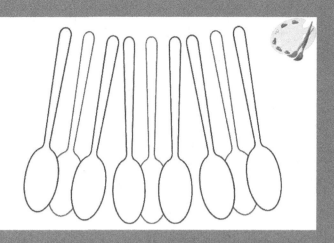

ચ + આ = ચા Chaa

ચ + ઇ = ચિ Chi

ચ + ઈ = ચી Chee

ચ + ઋ = ચૃ Chri

ચા ચા

ચિ ચિ

ચી ચી

ચૃ ચૃ

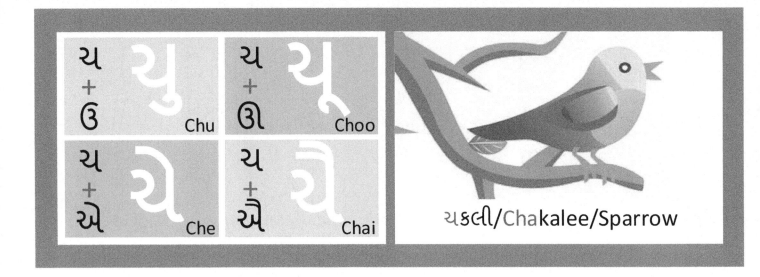

| ચ + ઉ | ચુ Chu | ચ + ઊ | ચૂ Choo |
| ચ + એ | ચે Che | ચ + ઐ | ચૈ Chai |

ચકલી/Chakalee/Sparrow

ચુ ચુ

ચૂ ચૂ

ચે ચે

ચૈ ચૈ

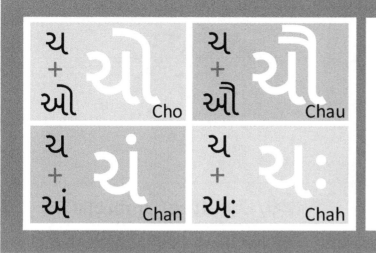

ચ + ઓ	ચો Cho	ચ + ઔ	ચૌ Chau
ચ + અં	ચં Chan	ચ + અઃ	ચઃ Chah

ચો ચો

ચૌ ચૌ

ચં ચં

ચઃ ચઃ

53

Consonant + Vowel - ચો, ચૌ, ચં, ચઃ

છ્ + અ = છ (Chha)

છત્રી/Chhatree/Umbrella

ચ is said with no aspiration/puff of breath when you say it. છ is the same, except said with aspiration.

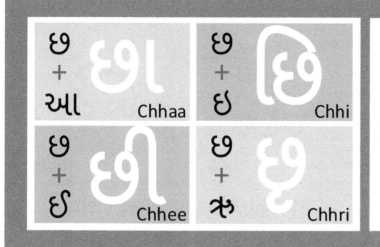

| છ + આ → છા Chhaa | છ + ઇ → છિ Chhi |
| છ + ઈ → છી Chhee | છ + ઋ → છૃ Chhri |

છા છા

છિ છિ

છી છી

છૃ છૃ

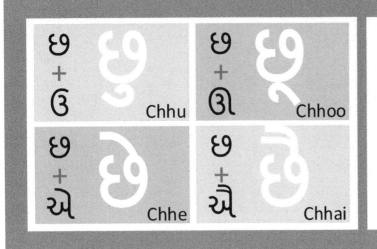

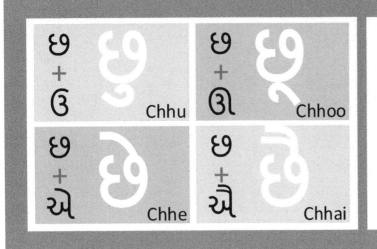

છ + ઉ છુ Chhu	છ + ઊ છૂ Chhoo
છ + એ છે Chhe	છ + ઐ છૈ Chhai

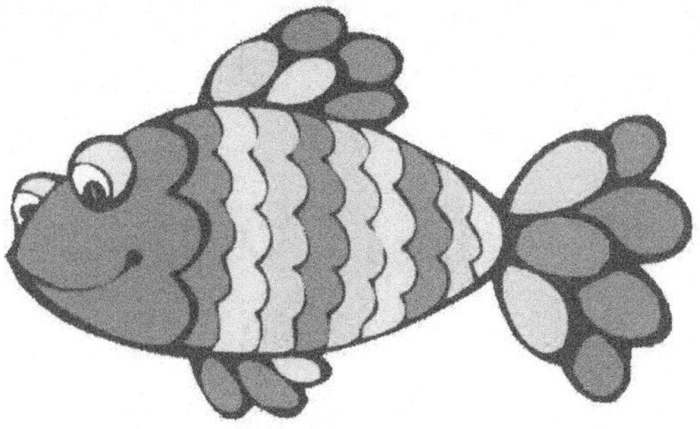

માછલી/Maachhalee/Fish

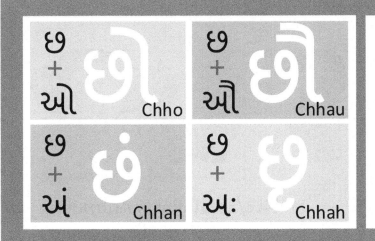

છ + ઓ	છો Chho	છ + ઔ	છૌ Chhau
છ + અં	છં Chhan	છ + અઃ	છઃ Chhah

છો છો

છૌ છૌ

છં છં

છઃ છઃ

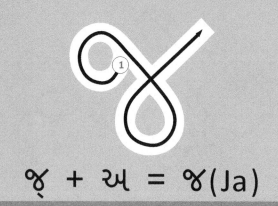

જ્ + અ = જ(Ja)

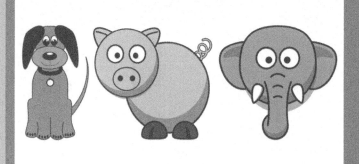

જાનવર/Jaanavara/Animal

Pronounced as sound of “ j ” in “ Jug ”

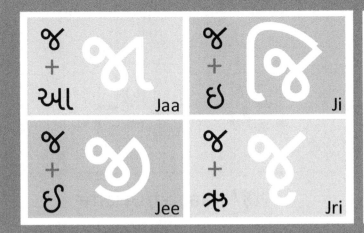

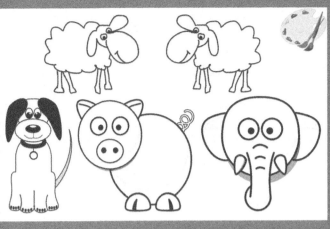

જ + આ = જા Jaa

જ + ઇ = જિ Ji

જ + ઈ = જી Jee

જ + ઋ = જૃ Jri

જા જા

જિ જિ

જી જી

જૃ જૃ

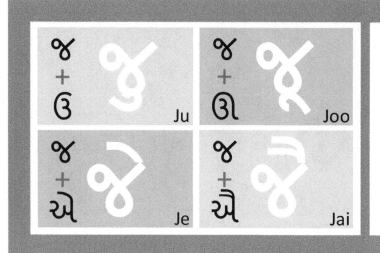

જ + ઉ	જુ	Ju	
જ + ઊ	જૂ	Joo	
જ + એ	જે	Je	
જ + ઐ	જૈ	Jai	

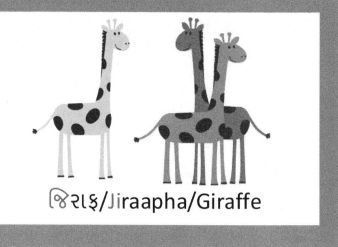

જિરાફ/Jiraapha/Giraffe

જુ જુ

જૂ જૂ

જે જે

જૈ જૈ

જ + ઓ	જો	Jo	
જ + ઔ	જૌ	Jau	
જ + અં	જં	Jan	
જ + અઃ	જઃ	Jah	

જો જો

જૌ જૌ

જં જં

જઃ જઃ

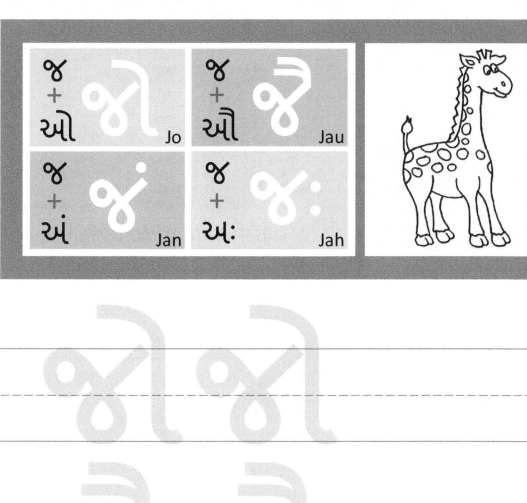

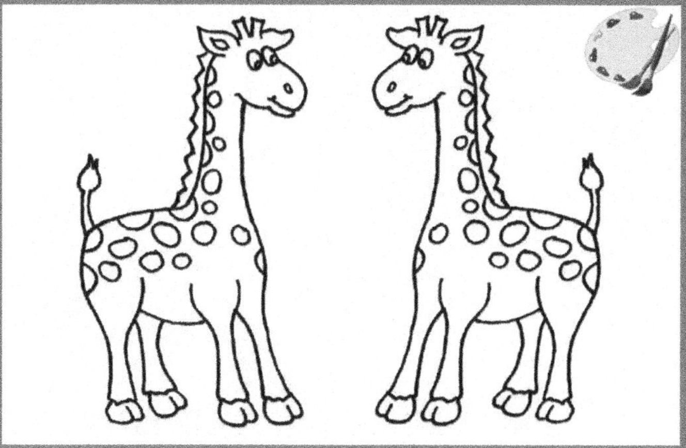

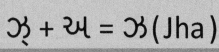

ઝ્ + અ = ઝ (Jha)

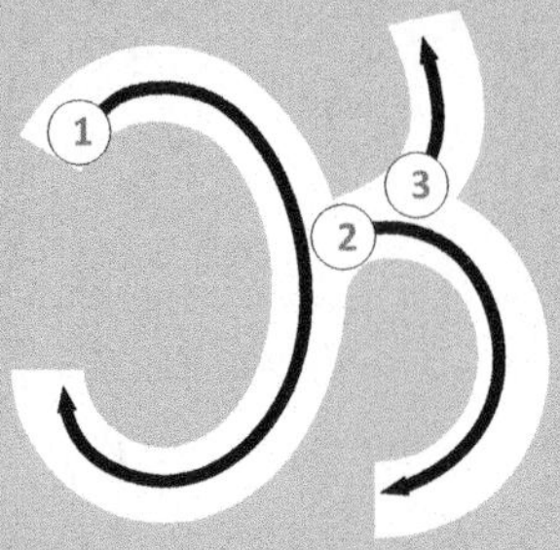

ઝરણું/Jharanun/Waterfall

Pronounced as sound of " dge " in " Dodge "

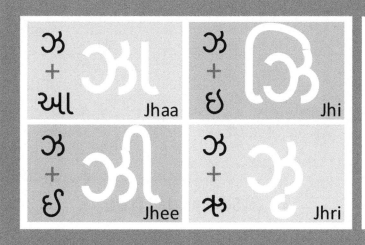

ઝ + આ = ઝા Jhaa

ઝ + ઇ = ઝિ Jhi

ઝ + ઈ = ઝી Jhee

ઝ + ઋ = ઝૃ Jhri

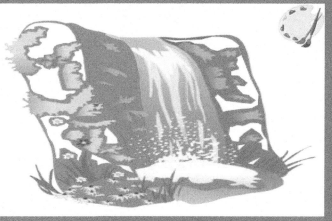

ઝા ઝા

ઝિ ઝિ

ઝી ઝી

ઝૃ ઝૃ

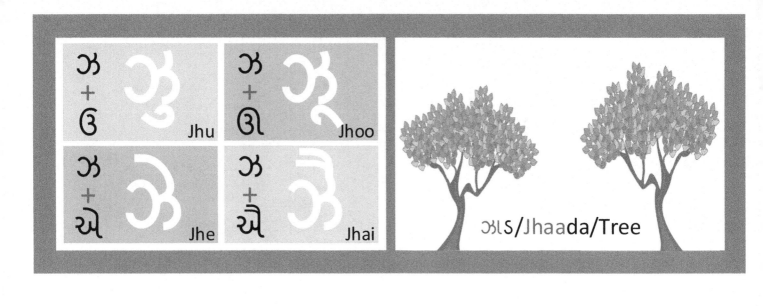

ઝ + ઉ = ઝુ Jhu

ઝ + ઊ = ઝૂ Jhoo

ઝ + એ = ઝે Jhe

ઝ + ઐ = ઝૈ Jhai

ઝુ ઝુ

ઝૂ ઝૂ

ઝે ઝે

ઝૈ ઝૈ

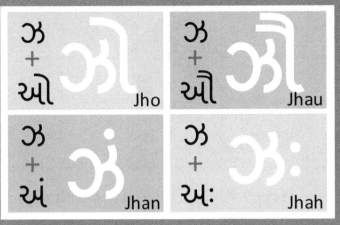

ઝ + ઓ = ઝો Jho

ઝ + ઔ = ઝૌ Jhau

ઝ + અં = ઝં Jhan

ઝ + અઃ = ઝઃ Jhah

ઝો ઝો

ઝૌ ઝૌ

ઝં ઝં

ઝઃ ઝઃ

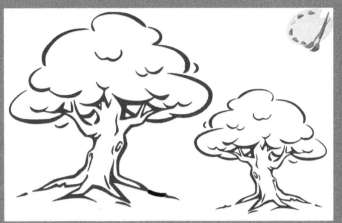

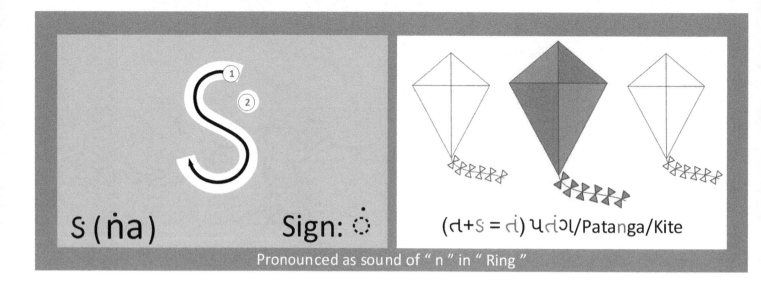

ઙ (ṅa)

Sign: ઁ

(ત+ઙ = તં) પતંગ/Patanga/Kite

Pronounced as sound of " n " in " Ring "

ઞ (ña)

Sign: ં

(જ+ઞ = જ્ઞ) જ્ઞાન/Gnyaana/Knowledge

Pronounced as sound of " n " in " Inch "

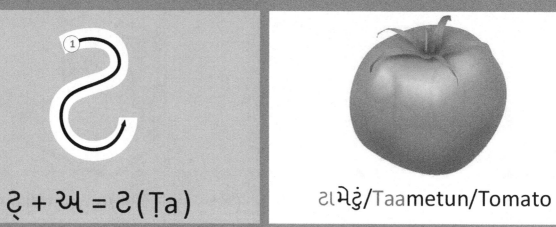

ટ્ + અ = ટ (Ṭa)

ટામેટું/Taametun/Tomato

Pronounced as sound of " t " in " Tub "

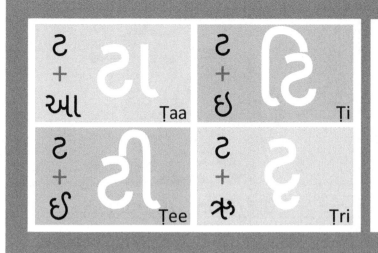

ટ + આ	ટા Ṭaa	ટ + ઇ	ટિ Ṭi
ટ + ઈ	ટી Ṭee	ટ + ઋ	ટૃ Ṭri

ટા ટા

ટિ ટિ

ટી ટી

ટૃ ટૃ

Consonant + Vowel - ટા, ટિ, ટી, ટૃ

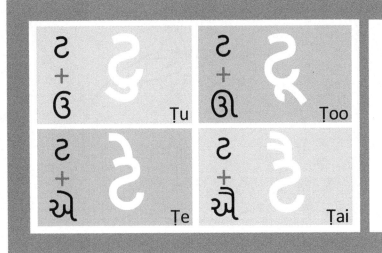

ટ + ઉ ટુ Ṭu

ટ + ઊ ટૂ Ṭoo

ટ + એ ટે Ṭe

ટ + ઐ ટૈ Ṭai

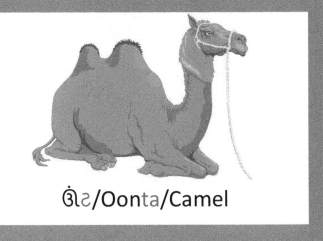

ઊંટ/Oonta/Camel

ટુ ટુ

ટૂ ટૂ

ટે ટે

ટૈ ટૈ

ટ + ઓ ટો Ṭo	ટ + ઔ ટૌ Ṭau
ટ + અં ટં Ṭan	ટ + અઃ ટઃ Ṭah

ટો ટો

ટૌ ટૌ

ટં ટં

ટઃ ટઃ

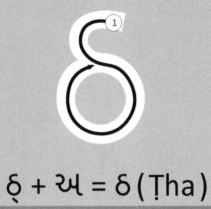

ઠ્ + અ = ઠ (Ṭha)

ઠળિયો/Thaliyo/Fruit Stone

Pronounced as sound of " th " in "Thomas"

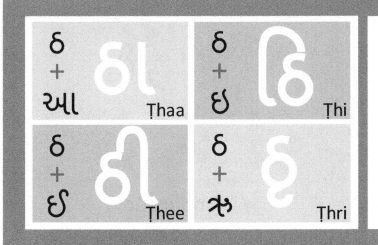

ઠ + આ ઠા Ṭhaa	ઠ + ઇ ઠિ Ṭhi
ઠ + ઈ ઠી Ṭhee	ઠ + ઋ ઠૃ Ṭhri

ઠા ઠા

ઠિ ઠિ

ઠી ઠી

ઠૃ ઠૃ

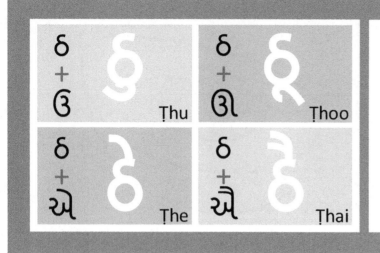

ઠ + ઉ = ઠુ Ṭhu

ઠ + ઊ = ઠૂ Ṭhoo

ઠ + એ = ઠે Ṭhe

ઠ + ઐ = ઠૈ Ṭhai

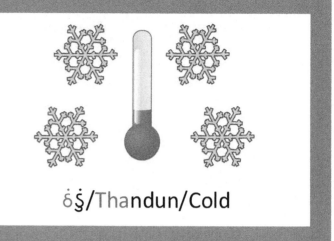

ઠંડુ/Thandun/Cold

ઠુ ઠુ

ઠૂ ઠૂ

ઠે ઠે

ઠૈ ઠૈ

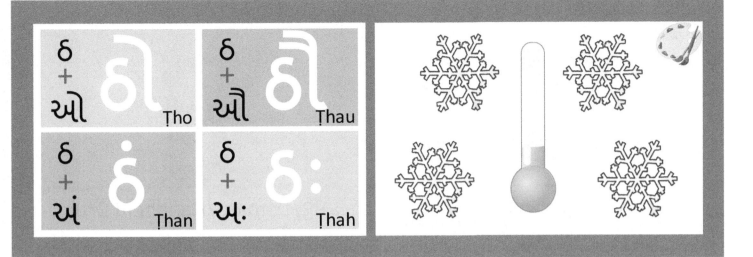

ઠ + ઓ	ઠો Ṭho	ઠ + ઔ	ઠૌ Ṭhau
ઠ + અં	ઠં Ṭhan	ઠ + અઃ	ઠઃ Ṭhah

ઠો   ઠો

ઠૌ   ઠૌ

ઠં   ઠં

ઠઃ   ઠઃ

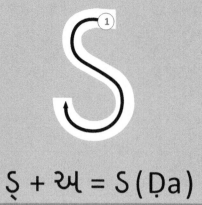

ડ્ + અ = ડ (Ḍa)

ડમરૂ/Damaru/Handheld Drum

Pronounced as sound of “ d ” in “Done”

ડ + આ = ડા Ḍaa	ડ + ઇ = ડિ Ḍi
ડ + ઈ = ડી Ḍee	ડ + ઋ = ડૃ Ḍri

ડા ડા ડા

ડિ ડિ

ડી ડી

ડૃ ડૃ

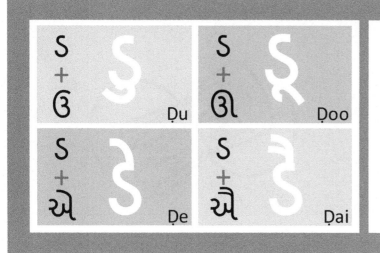

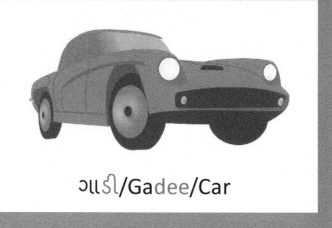

ડ + ઉ ડુ Ḍu	ડ + ઊ ડૂ Ḍoo
ડ + એ ડે Ḍe	ડ + ઐ ડૈ Ḍai

ગાડી/Gadee/Car

ડુ ડુ

ડૂ ડૂ

ડે ડે

ડૈ ડૈ

ડ + ઓ ડો Ḍo	ડ + ઔ ડૌ Ḍau
ડ + અં ડં Ḍan	ડ + અઃ ડઃ Ḍah

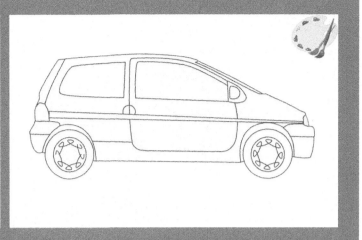

ડો ડો

ડૌ ડૌ

ડં ડં

ડઃ ડઃ

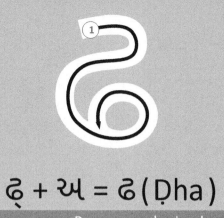

ઢ્ + અ = ઢ (Ḍha)

ઢાંકણું/Dhankanua/Lid

Pronounced using back palate as sound of "dh" in "adhere"

ઢ + આ	ઢા Ḍhaa	ઢ + ઇ	ઢિ Ḍhi
ઢ + ઈ	ઢી Ḍhee	ઢ + ઋ	ઢૃ Ḍhri

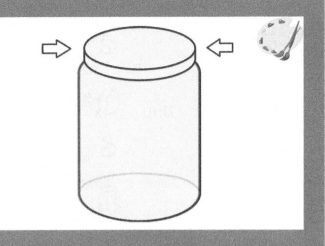

ઢા ઢા ઢા

ઢિ ઢિ ઢિ

ઢી ઢી ઢી

ઢૃ ઢૃ

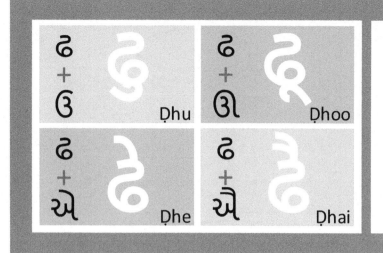

ઢ + ઉ = ઢુ Ḍhu	ઢ + ઊ = ઢૂ Ḍhoo
ઢ + એ = ઢે Ḍhe	ઢ + ઐ = ઢૈ Ḍhai

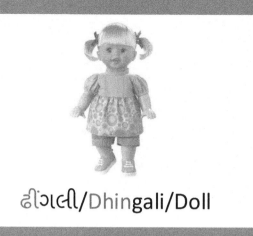

ઢીંગલી/Dhingali/Doll

ઢુ ઢુ

ઢૂ ઢૂ

ઢે ઢે

ઢૈ ઢૈ

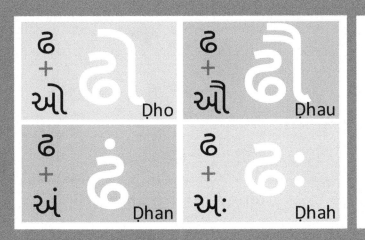

ઢ + ઓ ઢો Ḍho

ઢ + ઔ ઢૌ Ḍhau

ઢ + અં ઢં Ḍhan

ઢ + અઃ ઢઃ Ḍhah

ઢો ઢો

ઢૌ ઢૌ

ઢં ઢં

ઢઃ ઢઃ

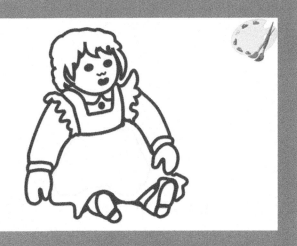

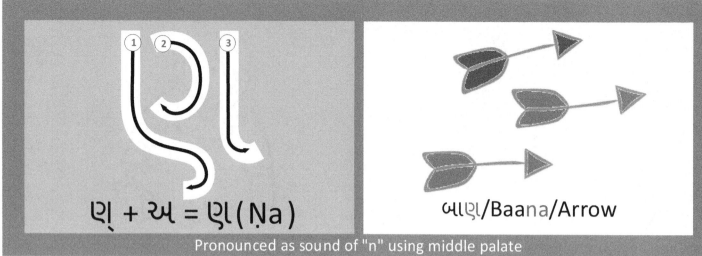

ણ્ + અ = ણ (Ṇa)

બાણ/Baana/Arrow

Pronounced as sound of "n" using middle palate

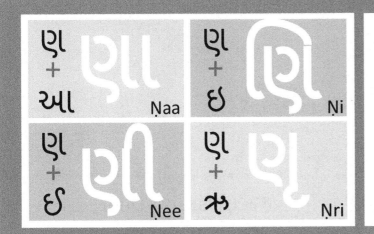

ણ + આ	ણા	ણ + ઇ	ણિ
	Ṇaa		Ṇi
ણ + ઈ	ણી	ણ + ઋ	ણૃ
	Ṇee		Ṇri

ણા ણા

ણિ ણિ

ણી ણી

ણૃ ણૃ

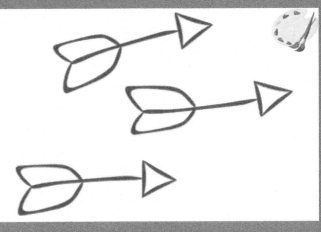

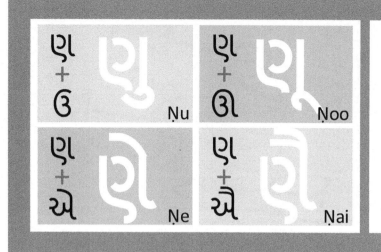

ણ + ઉ ણુ Ṇu	ણ + ઊ ણૂ Ṇoo
ણ + એ ણે Ṇe	ણ + ઐ ણૈ Ṇai

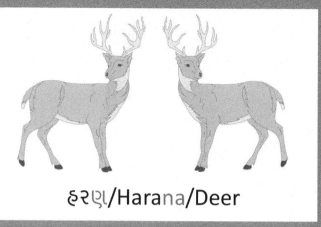

હરણ/Harana/Deer

ણુ ણુ

ણૂ ણૂ

ણે ણે

ણૈ ણૈ

ણ + ઓ	ણો Ṇo	ણ + ઔ	ણૌ Ṇau
ણ + અં	ણં Ṇan	ણ + અઃ	ણઃ Ṇah

ણો ણો

ણૌ ણૌ

ણં ણં

ણઃ ણઃ

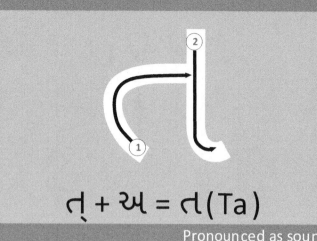

તૃ + અ = ત (Ta)

તરબૂચ/Tarabooca/Watermelon

Pronounced as sound of " ta " in " Dental "

ત ત ત

ત ત

ત

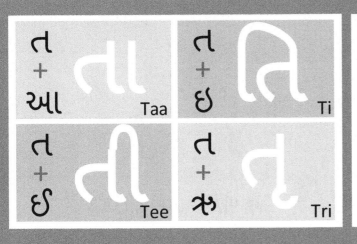

ત + આ તા Taa

ત + ઇ તિ Ti

ત + ઈ તી Tee

ત + ઋ તૃ Tri

તા તા

તિ તિ

તી તી

તૃ તૃ

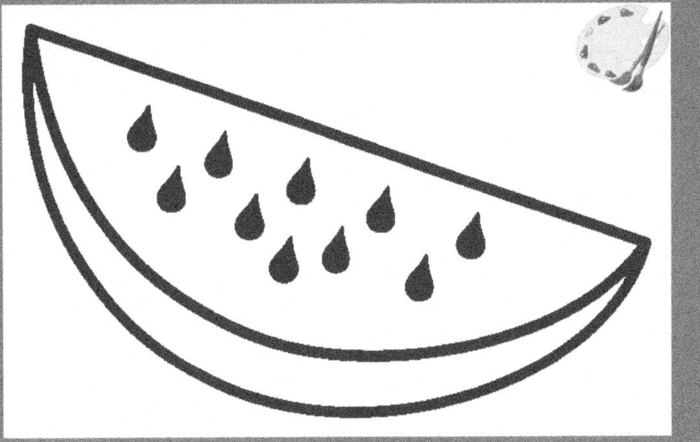

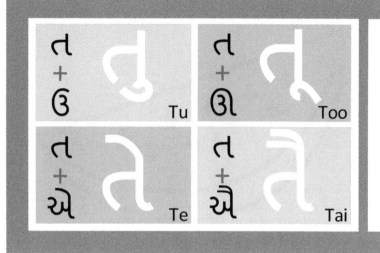

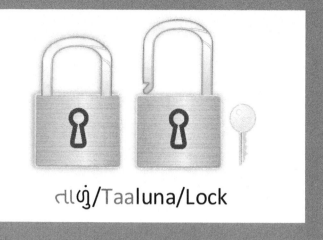

ત + ઉ	તુ Tu	ત + ઊ	તૂ Too
ત + એ	તે Te	ત + ઐ	તૈ Tai

તાળું/Taaluna/Lock

તુ તુ

તૂ તૂ

તે તે

તૈ તૈ

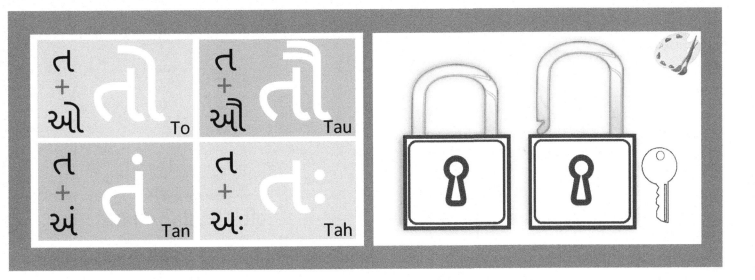

ત + ઓ = તો To

ત + ઔ = તૌ Tau

ત + અં = તં Tan

ત + અઃ = તઃ Tah

તો તો

તૌ તૌ

તં તં

તઃ તઃ

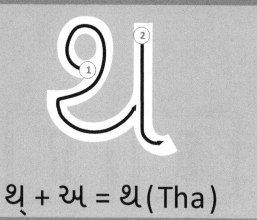

થ્ + અ = થ (Tha)

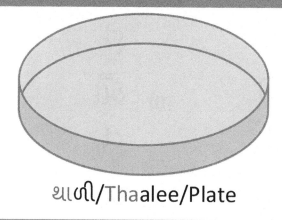

થાળી/Thaalee/Plate

Pronounced as sound of " th " in " Thumb "

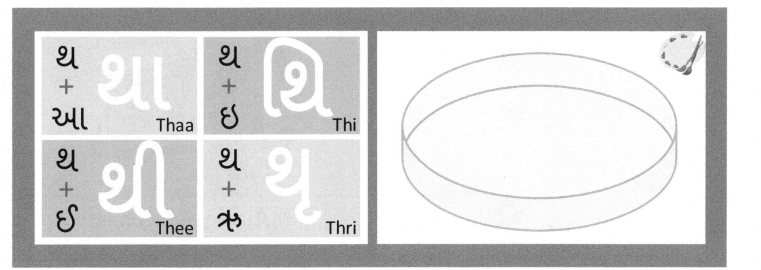

થ + આ = **થા** Thaa	થ + ઇ = **થિ** Thi
થ + ઈ = **થી** Thee	થ + ઋ = **થૃ** Thri

થા થા

થિ થિ

થી થી

થૃ થૃ

થ + ઉ	થુ Thu	થ + ઊ	થૂ Thoo
થ + એ	થે The	થ + ઐ	થૈ Thai

હાથી/Haathee/Elephant

થુ થુ

થૂ થૂ

થે થે

થૈ થૈ

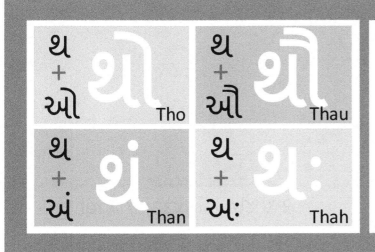

થ + ઓ	થો Tho	થ + ઔ	થૌ Thau
થ + અં	થં Than	થ + અઃ	થઃ Thah

થો થો

થૌ થૌ

થં થં

થઃ થઃ

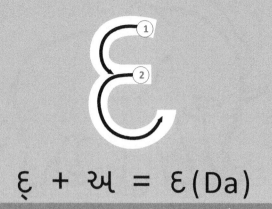

દ્ + અ = દ(Da)

દરવાજો/Daravaajo/Door

Pronounced as sound of " th " in " Mother "

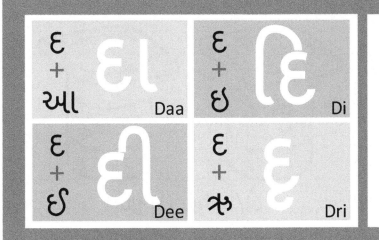

દ + આ → દા Daa	દ + ઇ → દિ Di
દ + ઈ → દી Dee	દ + ઋ → દૃ Dri

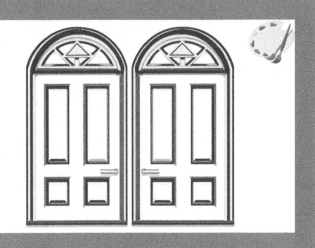

દા દા

દિ દિ

દી દી

દૃ દૃ

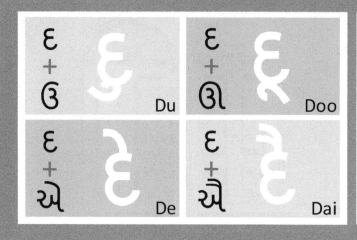

દ + ઉ	દુ Du	દ + ઊ	દૂ Doo
દ + એ	દે De	દ + ઐ	દૈ Dai

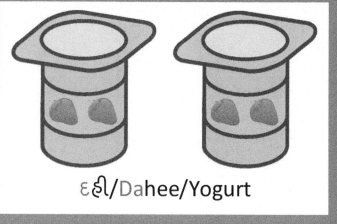

દહી/Dahee/Yogurt

દુ દુ

દૂ દૂ

દે દે

દૈ દૈ

દ + ઓ	દો Do	દ + ઔ	દૌ Dau
દ + અં	દં Dan	દ + અઃ	દઃ Dah

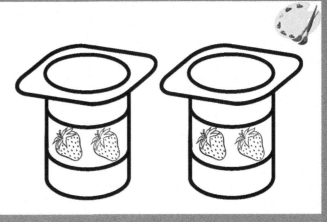

દો દો

દૌ દૌ

દં દં

દઃ દઃ

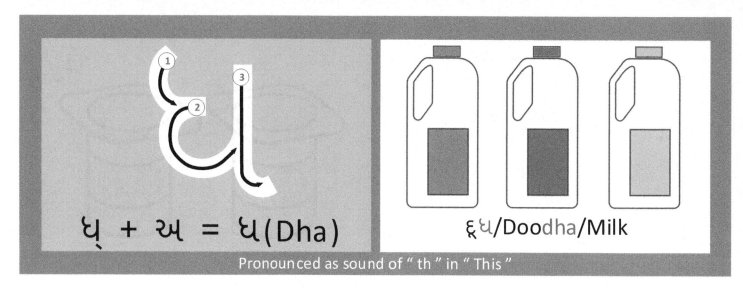

ધ્ + અ = ધ (Dha)

Pronounced as sound of " th " in " This "

દૂધ/Doodha/Milk

ધ ધ ધ ધ

ધ ધ

ધ

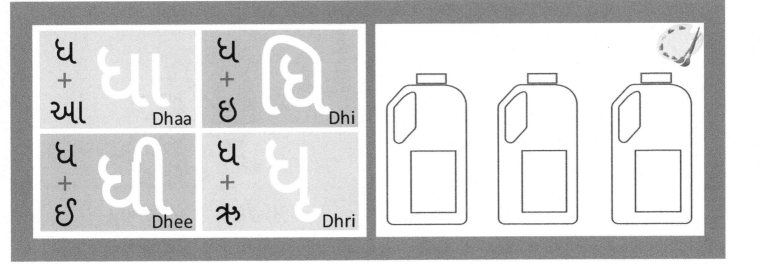

ધ
+
આ ધા Dhaa

ધ
+
ઇ ધિ Dhi

ધ
+
ઈ ધી Dhee

ધ
+
ઋ ધૃ Dhri

ધા ધા

ધિ ધિ

ધી ધી

ધૃ ધૃ

 Consonant + Vowel - ધા, ધિ, ધી, ધૃ

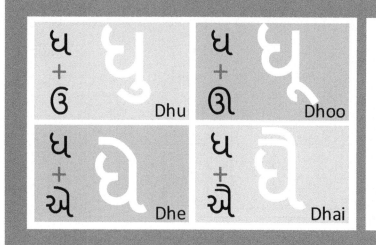

ધ + ઉ	ધુ Dhu	ધ + ઊ	ધૂ Dhoo
ધ + એ	ધે Dhe	ધ + ઐ	ધૈ Dhai

મધ/Madha/Honey

ધુ ધુ

ધૂ ધૂ

ધે ધે

ધૈ ધૈ

| ધ + ઓ | ધો Dho | ધ + ઔ | ધૌ Dhau |
| ધ + અં | ધં Dhan | ધ + અઃ | ધઃ Dhah |

ધો ધો

ધૌ ધૌ

ધં ધં

ધઃ ધઃ

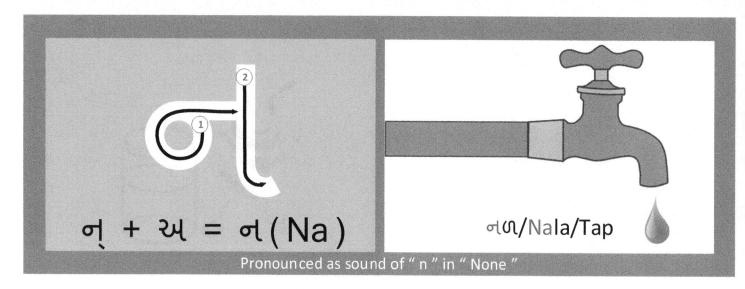

ન્ + અ = ન (Na)

નળ/Nala/Tap

Pronounced as sound of " n " in " None "

ન ન ન

ન ન

ન

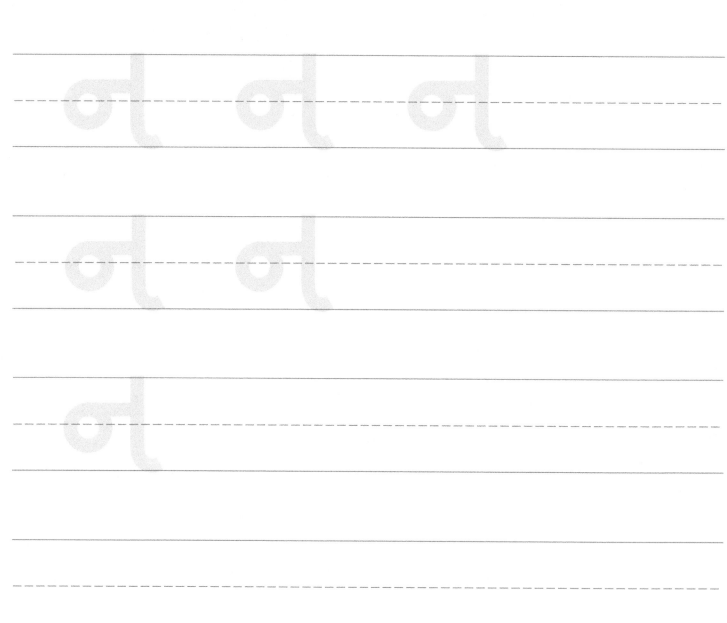

ન + આ ના Naa	ન + ઇ નિ Ni
ન + ઈ ની Nee	ન + ઋ નૃ Nri

ના ના

નિ નિ

ની ની

નૃ નૃ

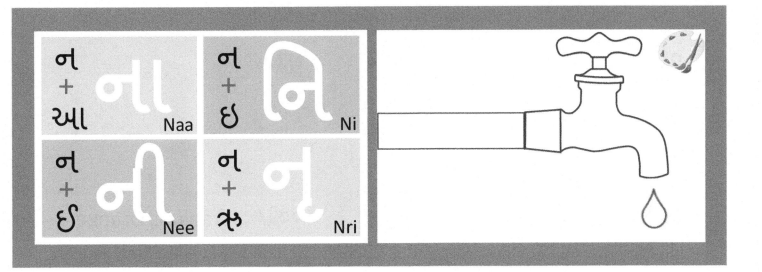

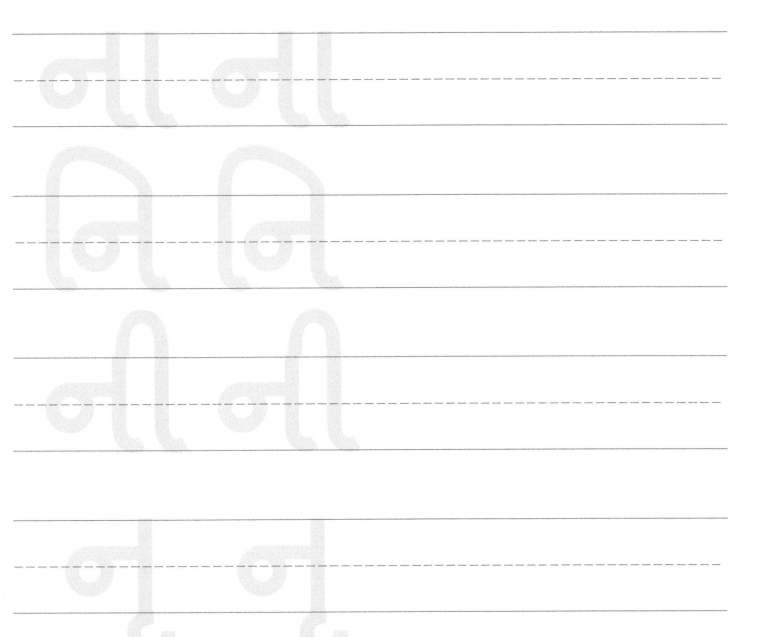

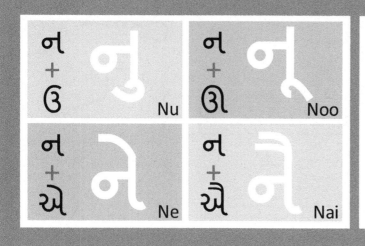

ન + ઉ નુ Nu	ન + ઊ નૂ Noo
ન + એ ને Ne	ન + ઐ નૈ Nai

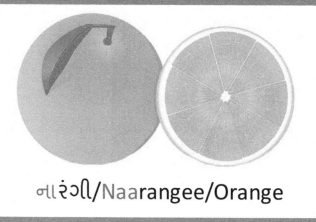

નારંગી/Naarangee/Orange

નુ નુ

નૂ નૂ

ને ને

નૈ નૈ

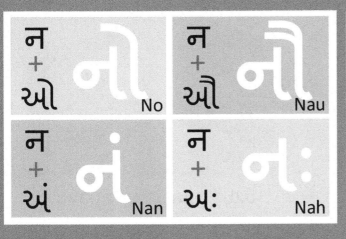

ન + ઓ	**નો** No	ન + ઔ	**નૌ** Nau
ન + અં	**નં** Nan	ન + અઃ	**નઃ** Nah

નો નો

નૌ નૌ

નં નં

નઃ નઃ

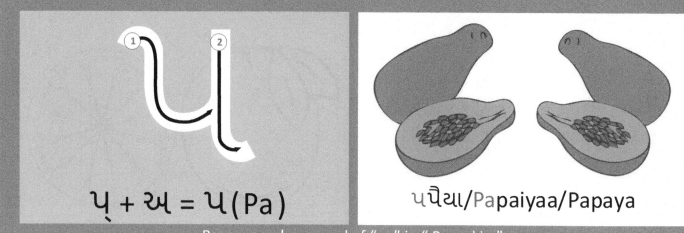

પ્ + અ = પ (Pa)

પપૈયા/Papaiyaa/Papaya

Pronounced as sound of " p " in " Pumpkin "

પ પ પ

પ પ

પ

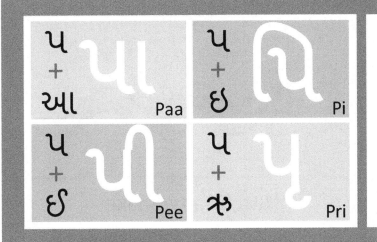

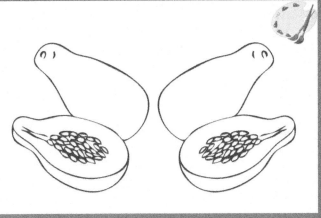

પ + આ **પા** Paa	પ + ઇ **પિ** Pi
પ + ઈ **પી** Pee	પ + ઋ **પૃ** Pri

પા પા

પિ પિ

પી પી

પૃ પૃ

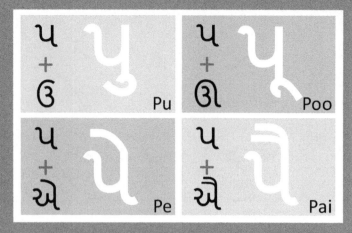

પ + ઉ	પુ Pu	પ + ઊ	પૂ Poo
પ + એ	પે Pe	પ + ઐ	પૈ Pai

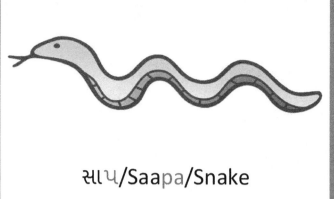

સાપ/Saapa/Snake

પુ પુ

પૂ પૂ

પે પે

પૈ પૈ

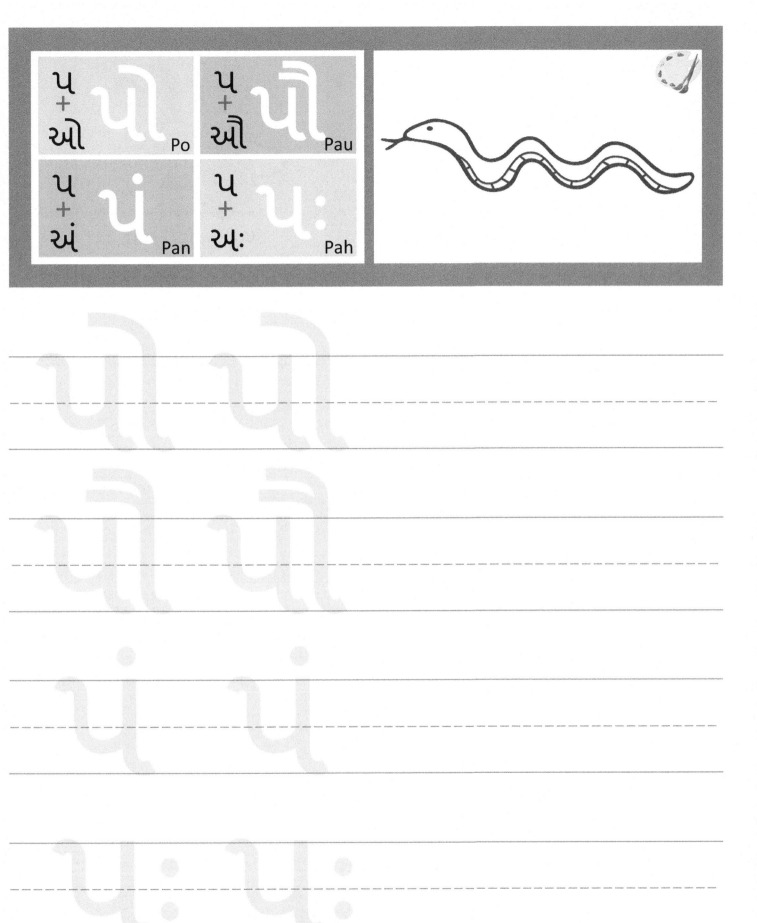

પ + ઓ	પો Po	પ + ઔ	પૌ Pau
પ + અં	પં Pan	પ + અઃ	પઃ Pah

પો પો

પૌ પૌ

પં પં

પઃ પઃ

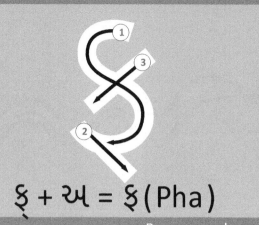

ફ્ + અ = ફ (Pha)

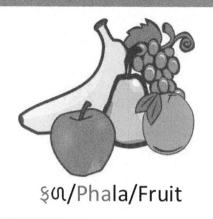

ફળ/Phala/Fruit

Pronounced as sound of " f " in " Firm "

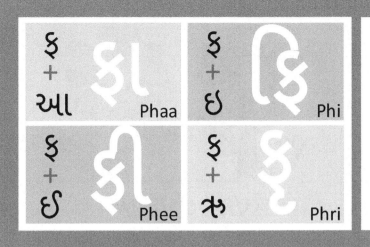

ફ + આ = ફા Phaa

ફ + ઇ = ફિ Phi

ફ + ઈ = ફી Phee

ફ + ઋ = ફૃ Phri

ફા ફા

ફિ ફિ

ફી ફી

ફૃ ફૃ

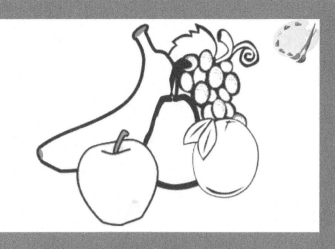

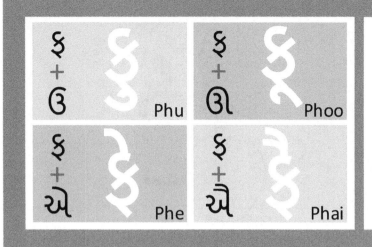

ફ + ઉ = ફુ Phu

ફ + ઊ = ફૂ Phoo

ફ + એ = ફે Phe

ફ + ઐ = ફૈ Phai

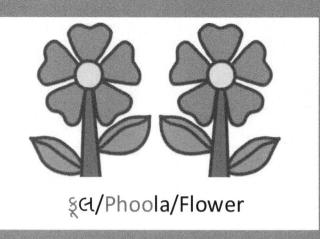

ફૂલ/Phoola/Flower

ફુ ફુ

ફૂ ફૂ

ફે ફે

ફૈ ફૈ

ફ + ઓ	ફો Pho	ફ + ઔ	ફૌ Phau
ફ + અં	ફં Phan	ફ + અઃ	ફઃ Phah

ફો ફો

ફૌ ફૌ

ફં ફં

ફઃ ફઃ

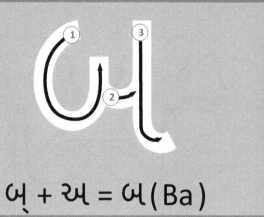

બ્ + અ = બ (Ba)

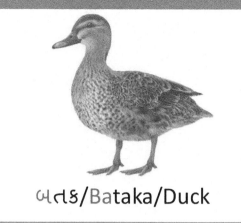

બતક/Bataka/Duck

Pronounced as sound of " b " in " Bubble "

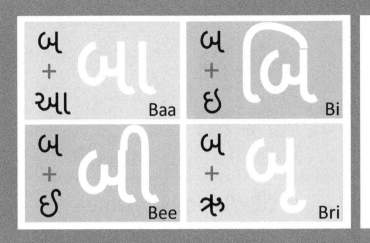

| બ + આ | બા Baa | બ + ઇ | બિ Bi |
| બ + ઈ | બી Bee | બ + ઋ | બૃ Bri |

બા બા

બિ બિ

બી બી

બૃ બૃ

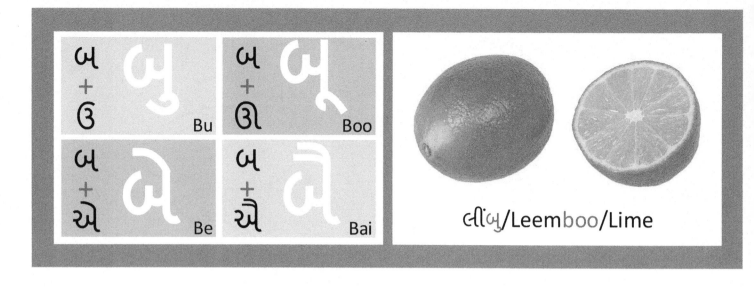

બ + ઉ → બુ Bu	બ + ઊ → બૂ Boo
બ + એ → બે Be	બ + ઐ → બૈ Bai

લીંબુ/Leemboo/Lime

બુ બુ

બૂ બૂ

બે બે

બૈ બૈ

બ + ઓ	બો Bo	બ + ઔ	બૌ Bau
બ + અં	બં Ban	બ + અઃ	બઃ Bah

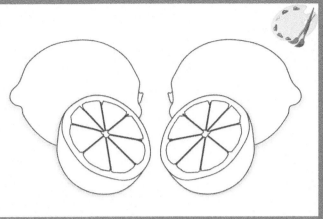

બો બો

બૌ બૌ

બં બં

બઃ બઃ

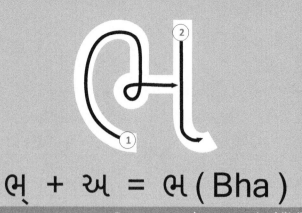

ભ્ + અ = ભ (Bha)

ભમરડો/Bhamarado/Top

Pronounced as sound of "b" and "h" together as in "Bhaji"

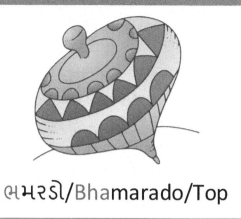

ભ + આ	ભા Bhaa	ભ + ઇ	ભિ Bhi
ભ + ઈ	ભી Bhee	ભ + ઋ	ભૃ Bhri

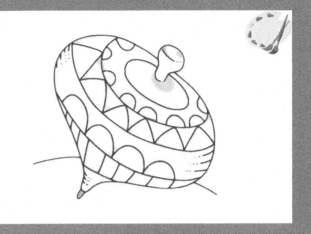

ભા ભા

ભિ ભિ

ભી ભી

ભૃ ભૃ

ભ + ઉ = ભુ Bhu

ભ + ઊ = ભૂ Bhoo

ભ + એ = ભે Bhe

ભ + ઐ = ભૈ Bhai

ભારત/Bhaarata/India

ભુ ભુ

ભૂ ભૂ

ભે ભે

ભૈ ભૈ

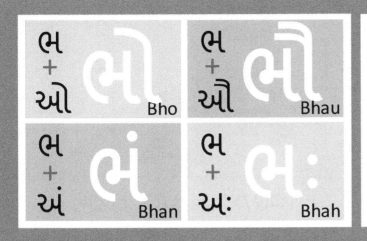

| ભ + ઓ | ભો Bho | ભ + ઔ | ભૌ Bhau |
| ભ + અં | ભં Bhan | ભ + અઃ | ભઃ Bhah |

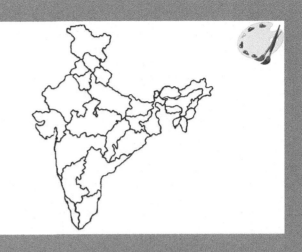

ભો ભો

ભૌ ભૌ

ભં ભં

ભઃ ભઃ

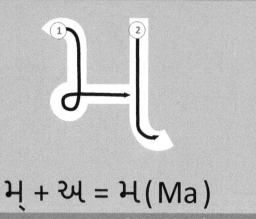

મ્ + અ = મ (Ma)

મગર/Magara/Crocodile

Pronounced as sound of " m " in " Mother "

મ મ મ

મ મ

મ

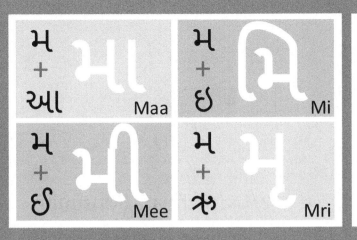

| મ + આ = મા Maa | મ + ઇ = મિ Mi |
| મ + ઈ = મી Mee | મ + ઋ = મૃ Mri |

મા મા

મિ મિ

મી મી

મૃ મૃ

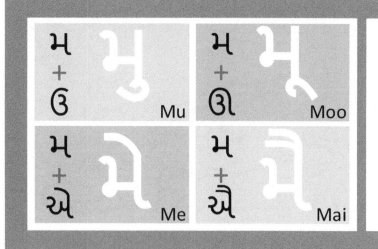

મ + ઉ = મુ Mu	મ + ઊ = મૂ Moo
મ + એ = મે Me	મ + ઐ = મૈ Mai

મચ્છર/Machchhara/Mosquito

મુ મુ

મૂ મૂ

મે મે

મૈ મૈ

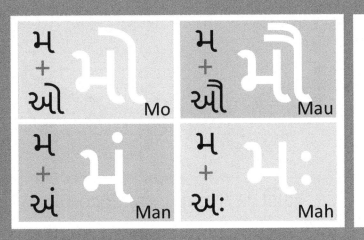

મ + ઓ	મો Mo	મ + ઔ	મૌ Mau
મ + અં	મં Man	મ + અઃ	મઃ Mah

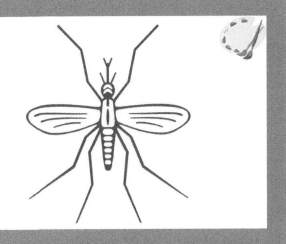

મો મો

મૌ મૌ

મં મં

મઃ મઃ

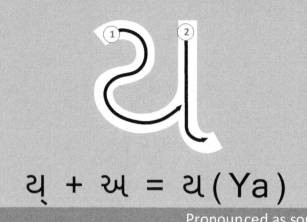

ય્ + અ = ય (Ya)

નાળિયેર/Naaliyera/Coconut

Pronounced as sound of " ye " in " Yes "

ય ય ય

ય ય

ય

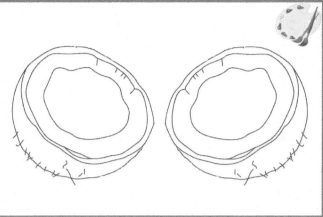

ય + આ	યા Yaa	ય + ઇ	યિ Yi
ય + ઈ	યી Yee	ય + ઋ	યૃ Yri

યા યા

યિ યિ

યી યી

યૃ યૃ

ય + ઉ	યુ Yu	ય + ઊ	યૂ Yoo
ય + એ	યે Ye	ય + ઐ	યૈ Yai

યંત્ર/Yantra/Machinery

યુ યુ

યૂ યૂ

યે યે

યૈ યૈ

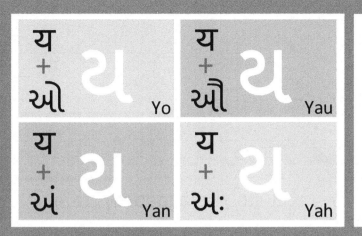

य + ઓ ય Yo	य + ઔ ય Yau
य + અં ય Yan	य + અઃ ય Yah

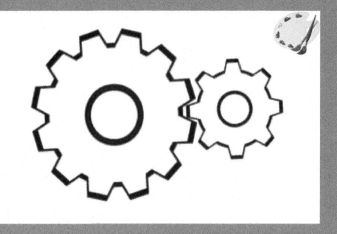

યો યો

યૌ યૌ

યં યં

યઃ યઃ

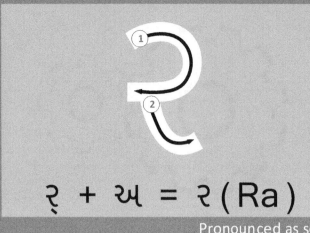

ર્ + અ = ર (Ra)

રેલગાડી/Relagaadee/Train

Pronounced as sound of " ru " in " Run "

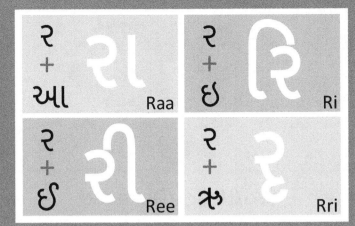

ર + આ	રા Raa	ર + ઇ	રિ Ri
ર + ઈ	રી Ree	ર + ઋ	રૃ Rri

રા રા

રિ રિ

રી રી

રૃ રૃ

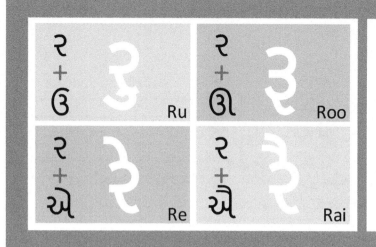

ર + ઉ રુ Ru	ર + ઊ રૂ Roo
ર + એ રે Re	ર + ઐ રૈ Rai

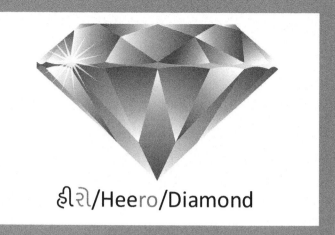

હીરો/Heero/Diamond

રુ રુ

રૂ રૂ

રે રે

રૈ રૈ

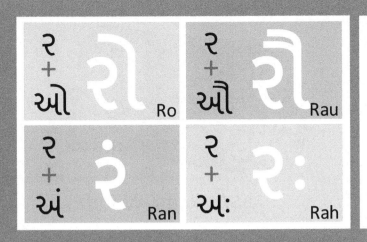

ર + ઓ	રો Ro	ર + ઔ	રૌ Rau
ર + અં	રં Ran	ર + અઃ	રઃ Rah

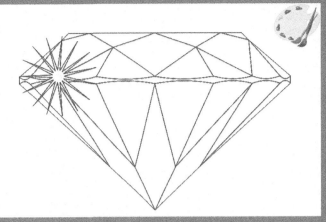

રો રો

રૌ રૌ

રં રં

રઃ રઃ

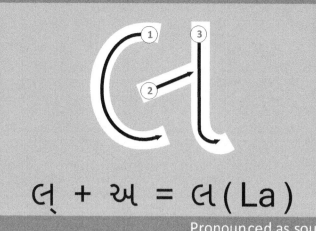

લ્ + અ = લ (La)

લાકડું/Lakadu/Wood

Pronounced as sound of " lo " in " Love "

લ લ લ

લ લ

લ

લ + આ લા Laa	લ + ઇ લિ Li
લ + ઈ લી Lee	લ + ઋ લૃ Lri

લા લા

લિ લિ

લી લી

લૃ લૃ

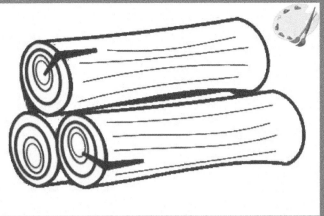

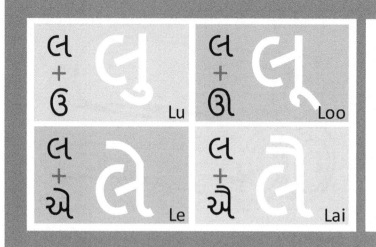

લ + ઉ = લુ Lu

લ + ઊ = લૂ Loo

લ + એ = લે Le

લ + ઐ = લૈ Lai

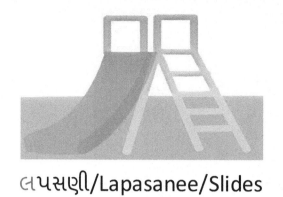

લપસણી/Lapasanee/Slides

લુ લુ

લૂ લૂ

લે લે

લૈ લૈ

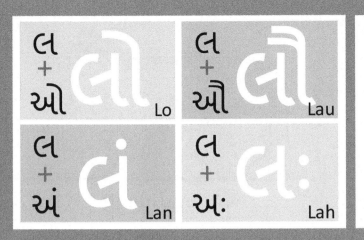

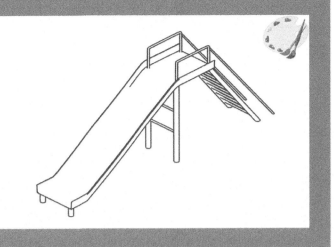

| લ + ઓ | લો Lo | લ + ઔ | લૌ Lau |
| લ + અં | લં Lan | લ + અઃ | લઃ Lah |

લો લો

લૌ લૌ

લં લં

લઃ લઃ

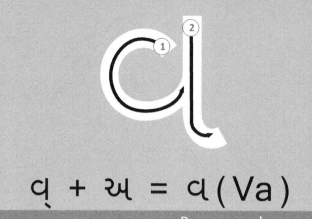

વ્ + અ = વ (Va)

વન/Vana/Jungle

Pronounced as sound of " wo " in " Work "

વ વ વ

વ વ

વ

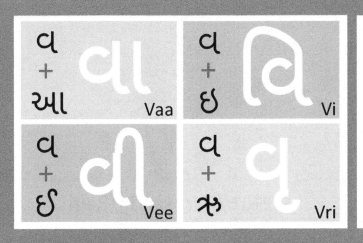

વ + આ	વા Vaa	વ + ઇ	વિ Vi
વ + ઈ	વી Vee	વ + ઋ	વૃ Vri

વા વા

વિ વિ

વી વી

વૃ વૃ

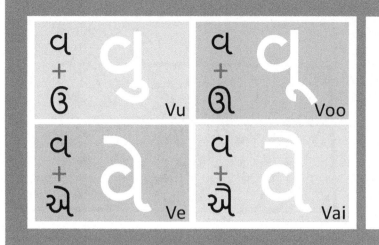

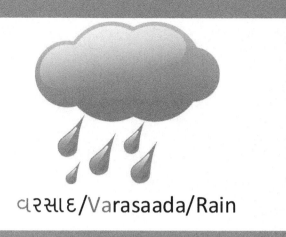

વ + ઉ = વુ (Vu)	વ + ઊ = વૂ (Voo)
વ + એ = વે (Ve)	વ + ઐ = વૈ (Vai)

વરસાદ/Varasaada/Rain

વુ વુ

વૂ વૂ

વે વે

વૈ વૈ

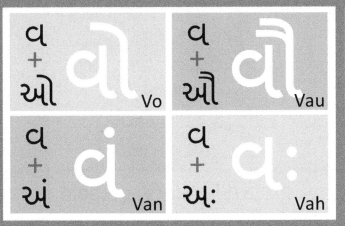

વ + ઓ	વો Vo	વ + ઔ	વૌ Vau
વ + અં	વં Van	વ + અઃ	વઃ Vah

વો વો

વૌ વૌ

વં વં

વઃ વઃ

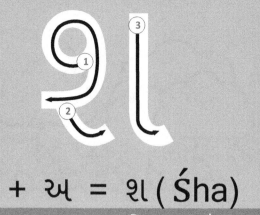

શ્ + અ = શ (Śha)

શાક/Shaaka/Vegetable

Pronounced as sound of " sh " in " Shut "

શ શ શ

શ શ

શ

શ + આ	શા śhaa	શ + ઇ	શિ śhi
શ + ઈ	શી śhee	શ + ઋ	શૃ śhri

શા શા

શિ શિ

શી શી

શૃ શૃ

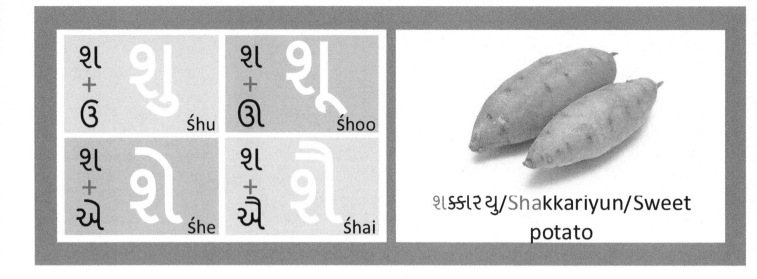

શ + ઉ શુ śhu

શ + ઊ શૂ śhoo

શ + એ શે śhe

શ + ઐ શૈ śhai

શક્કરિયુ/Shakkariyun/Sweet potato

શુ શુ

શૂ શૂ

શે શે

શૈ શૈ

શ + ઓ	શો śho	શ + ઔ	શૌ śhau
શ + અં	શં śhan	શ + અઃ	શઃ śhah

શો શો

શૌ શૌ

શં શં

શઃ શઃ

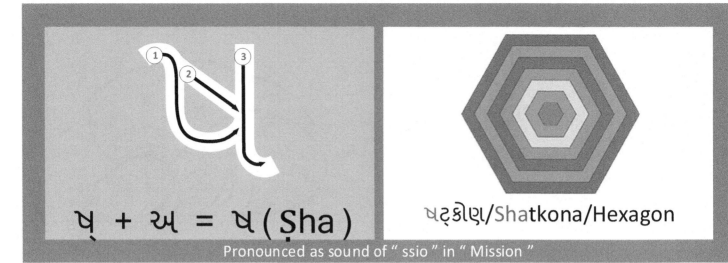

ષ્ + અ = ષ (Ṣha)

ષટ્કોણ/Shatkona/Hexagon

Pronounced as sound of “ ssio ” in “ Mission ”

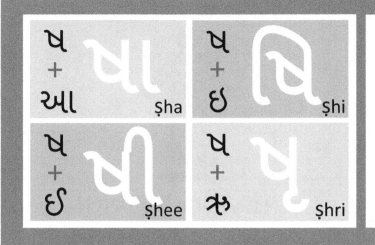

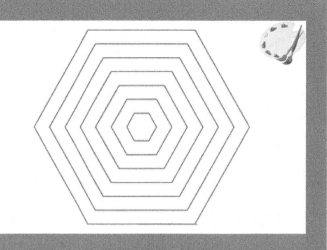

ષ + આ	ષા	Ṣha		ષ + ઇ	ષિ	Ṣhi	
ષ + ઈ	ષી	Ṣhee		ષ + ઋ	ષૃ	Ṣhri	

ષા ષા

ષિ ષિ

ષી ષી

ષૃ ષૃ

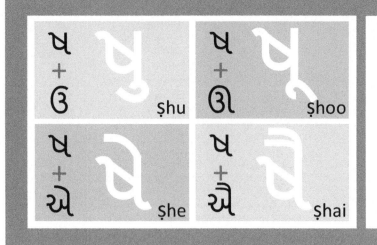

ષ + ઉ ષુ Ṣhu	ષ + ઊ ષૂ Ṣhoo
ષ + એ ષે Ṣhe	ષ + ઐ ષૈ Ṣhai

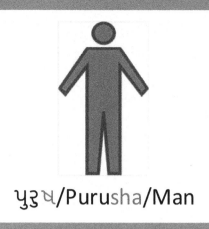

પુરુષ/Purusha/Man

ષુ ષુ

ષૂ ષૂ

ષે ષે

ષૈ ષૈ

ષ + ઓ = ષો ṣho

ષ + ઔ = ષૌ ṣhau

ષ + અં = ષં ṣhan

ષ + અઃ = ષઃ ṣhah

ષો ષો

ષૌ ષૌ

ષં ષં

ષઃ ષઃ

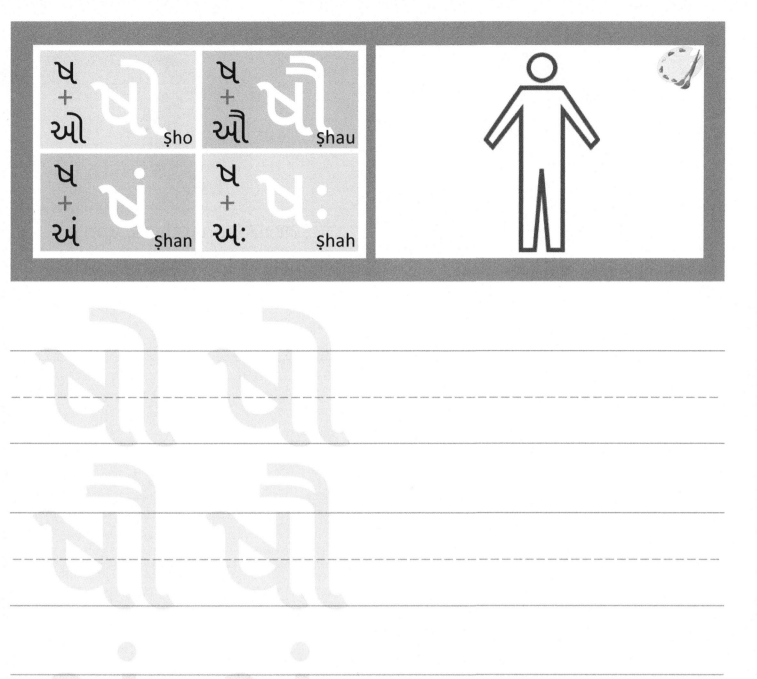

સ્ + અ = સ (Sa)

સફરજન/Sapharajana/Apple

Pronounced as sound of " sa " in " Saloon "

સ સ સ

સ સ

સ

સ + આ	સા *Saa*	સ + ઇ	સિ *Si*
સ + ઈ	સી *See*	સ + ઋ	સૃ *Sri*

સા સા

સિ સિ

સી સી

સૃ સૃ

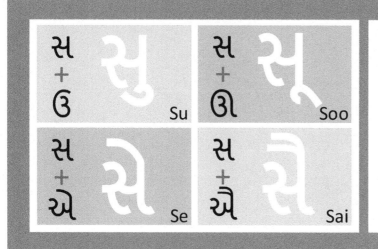

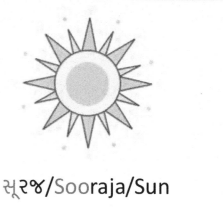

સ + ઉ સુ Su

સ + ઊ સૂ Soo

સ + એ સે Se

સ + ઐ સૈ Sai

સૂરજ/Sooraja/Sun

સુ સુ

સૂ સૂ

સે સે

સૈ સૈ

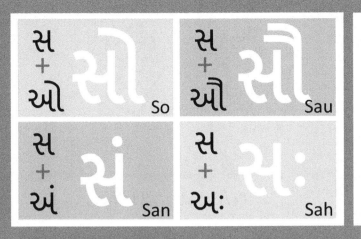

| સ + ઓ | સો So | સ + ઔ | સૌ Sau |
| સ + અં | સં San | સ + અઃ | સઃ Sah |

સો સો

સૌ સૌ

સં સં

સઃ સઃ

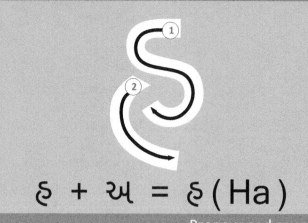

હ + અ = હ (Ha)

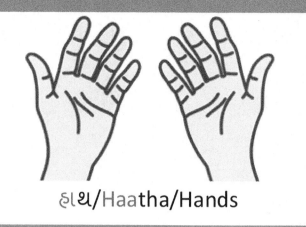

હાથ/Haatha/Hands

Pronounced as sound of “ hu ” in “ Hut ”

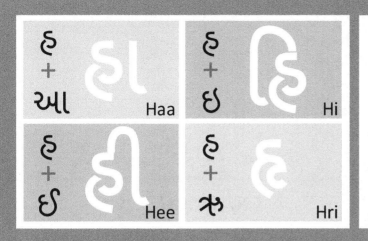

હ + આ હા Haa	હ + ઇ હિ Hi
હ + ઈ હી Hee	હ + ઋ હૃ Hri

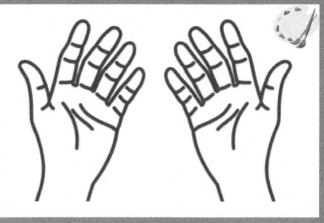

હા હા

હિ હિ

હી હી

હૃ હૃ

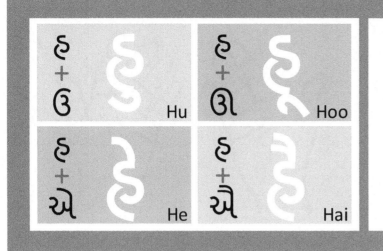

હ + ઉ	હુ	Hu	
હ + ઊ	હૂ	Hoo	
હ + એ	હે	He	
હ + ઐ	હૈ	Hai	

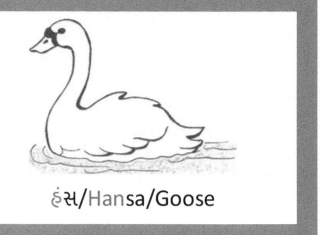

હંસ/Hansa/Goose

હુ હુ

હૂ હૂ

હે હે

હૈ હૈ

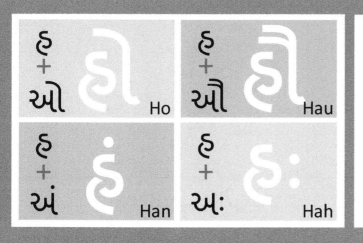

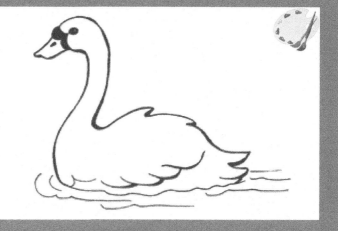

હ + ઓ હો Ho	હ + ઔ હૌ Hau
હ + અં હં Han	હ + અઃ હઃ Hah

હો હો

હૌ હૌ

હં હં

હઃ હઃ

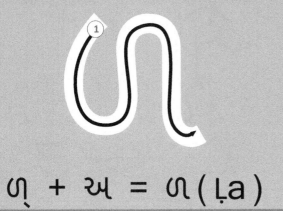

ળ્ + અ = ળ (ḷa)

કેળું/Kelun/Banana

Pronounced as sound of "La" in "Laos"

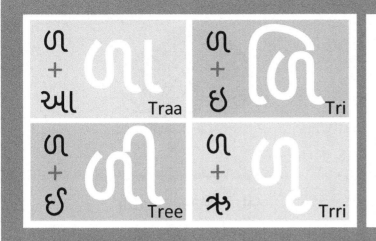

ળ + આ ળા Traa	ળ + ઇ ળિ Tri
ળ + ઈ ળી Tree	ળ + ઋ ળૃ Trri

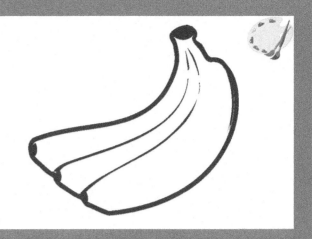

ળા ળા

ળિ ળિ

ળી ળી

ળૃ ળૃ

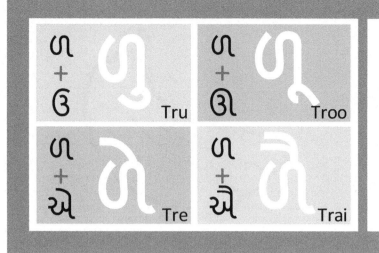

ળ + ઉ	ળુ Tru	ળ + ઊ	ળૂ Troo
ળ + એ	ળે Tre	ળ + ઐ	ળૈ Trai

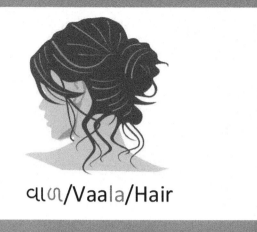

વાળ/Vaala/Hair

ળુ ળુ

ળૂ ળૂ

ળે ળે

ળૈ ળૈ

ળ + ઓ = ળો Tro	ળ + ઔ = ળૌ Trau
ળ + અં = ળં Tran	ળ + અઃ = ળઃ Trah

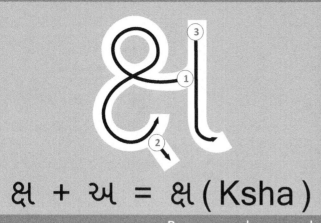

ક્ષ + અ = ક્ષ (Ksha)

ક્ષત્રિય/Kshatriya/Guard

Pronounced as sound of " ksh " in " Rickshaw "

ક્ષ ક્ષ ક્ષ

ક્ષ ક્ષ

ક્ષ

ક્ષ + આ **ક્ષા** Kshaa	ક્ષ + ઇ **ક્ષિ** Kshi
ક્ષ + ઈ **ક્ષી** Kshee	ક્ષ + ઋ **ક્ષૃ** Kshri

ક્ષા ક્ષા

ક્ષિ ક્ષિ

ક્ષી ક્ષી

ક્ષૃ ક્ષૃ

ક્ષ + ઉ = ક્ષુ Kshu	ક્ષ + ઊ = ક્ષૂ Kshoo
ક્ષ + એ = ક્ષે Kshe	ક્ષ + ઐ = ક્ષૈ Kshai

પક્ષી/Pakshee/Bird

ક્ષુ ક્ષુ

ક્ષૂ ક્ષૂ

ક્ષે ક્ષે

ક્ષૈ ક્ષૈ

| ક્ષ + ઓ | ક્ષો Ksho | ક્ષ + ઔ | ક્ષૌ Kshau |
| ક્ષ + અં | ક્ષં Kshan | ક્ષ + અઃ | ક્ષઃ Kshah |

ક્ષો ક્ષો

ક્ષૌ ક્ષૌ

ક્ષં ક્ષં

ક્ષઃ ક્ષઃ

જ્ઞ્ + અ = જ્ઞ (Gnya)

જ્ઞાન/Gnyaana/Knowledge

Pronounced as sound of " gna "

જ્ઞ જ્ઞ જ્ઞ

જ્ઞ જ્ઞ

જ્ઞ

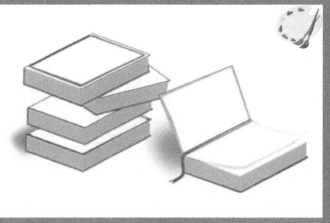

જ્ઞ + આ = જ્ઞા Gnyaa	જ્ઞ + ઇ = જ્ઞિ Gnyi
જ્ઞ + ઈ = જ્ઞી Gnyee	જ્ઞ + ઋ = જ્ઞૃ Gnyri

જ્ઞા જ્ઞા

જ્ઞિ જ્ઞિ

જ્ઞી જ્ઞી

જ્ઞૃ જ્ઞૃ

જ્ઞ + ઉ **જ્ઞુ** Gnyu	જ્ઞ + ઊ **જ્ઞૂ** Gnyoo
જ્ઞ + એ **જ્ઞે** Gnye	જ્ઞ + ઐ **જ્ઞૈ** Gnyai

યજ્ઞ/Yagnya/Holy Fire

જ્ઞ + ઓ જ્ઞો Gnyo	જ્ઞ + ઔ જ્ઞૌ Gnyau
જ્ઞ + અં જ્ઞં Gnyan	જ્ઞ + અઃ જ્ઞઃ Gnyah

જ્ઞો જ્ઞો

જ્ઞૌ જ્ઞૌ

જ્ઞં જ્ઞં

જ્ઞઃ જ્ઞઃ

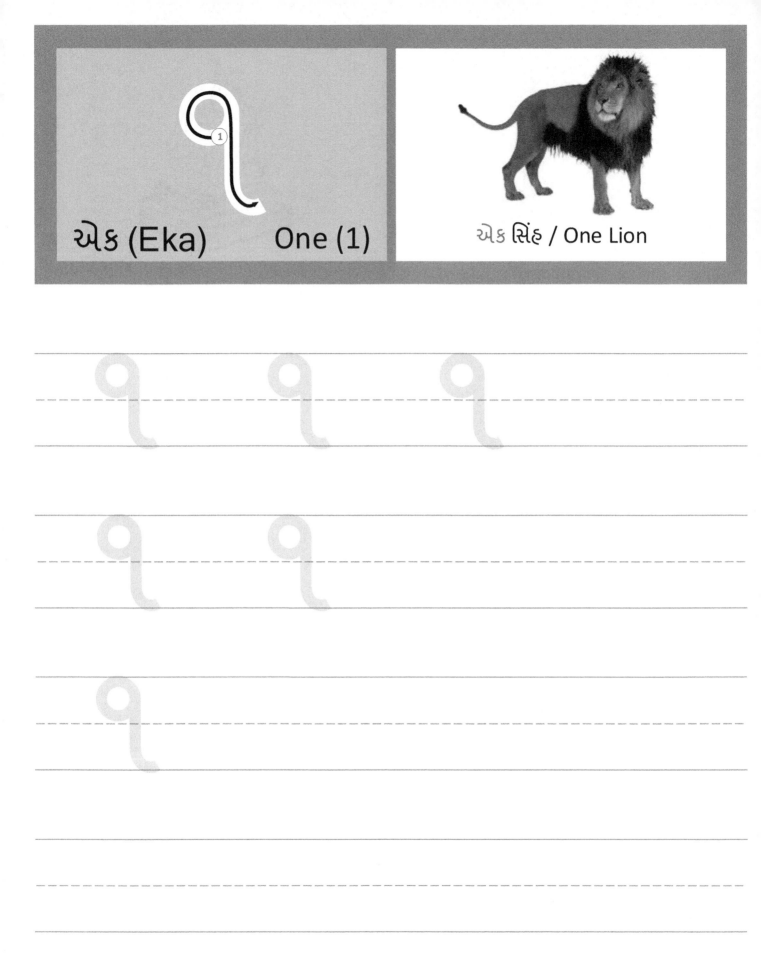

એક (Eka) One (1)

એક સિંહ / One Lion

૧ ૧ ૧

૧ ૧

૧

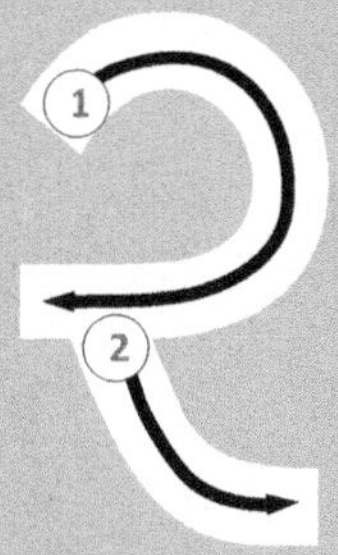

બે (Be)　　Two (2)

બે ગાયો / Two Cows

ત્રણ (Trana) Three (3)

ત્રણ બકરીઓ / Three Goats

3   3   3

3   3

3

ચાર (Chaara) Four (4)

ચાર કૂતરા / Four Dogs

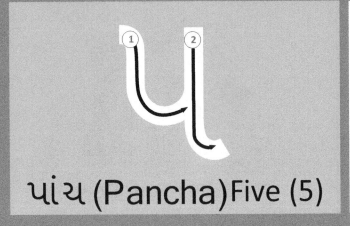

પાંચ (Pancha) Five (5)

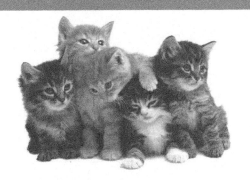

પાંચ બિલાડીઓ / Five Cats

૫ ૫ ૫

૫ ૫

૫

છ (Chha) Six (6)

છ પક્ષીઓ / Six Birds

૬ ૬ ૬

૬ ૬

૬

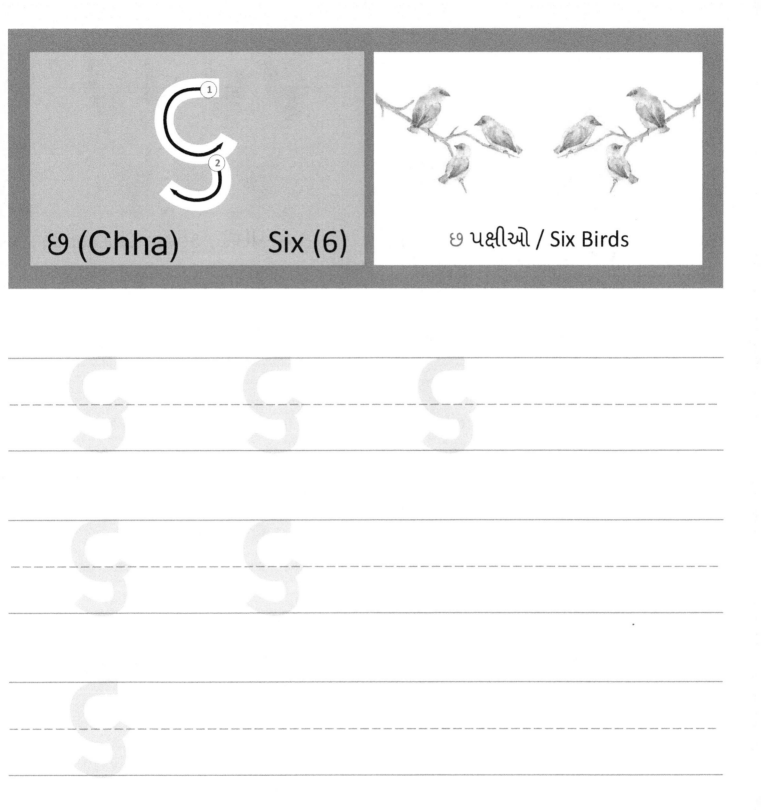

સાત (Saata) Seven (7)

સાત મરઘીઓ / Seven Chickens

આઠ (Aatha) Eight (8)

આઠ પોપટો / Eight Parrots

૮ ૮ ૮

૮ ૮

૮

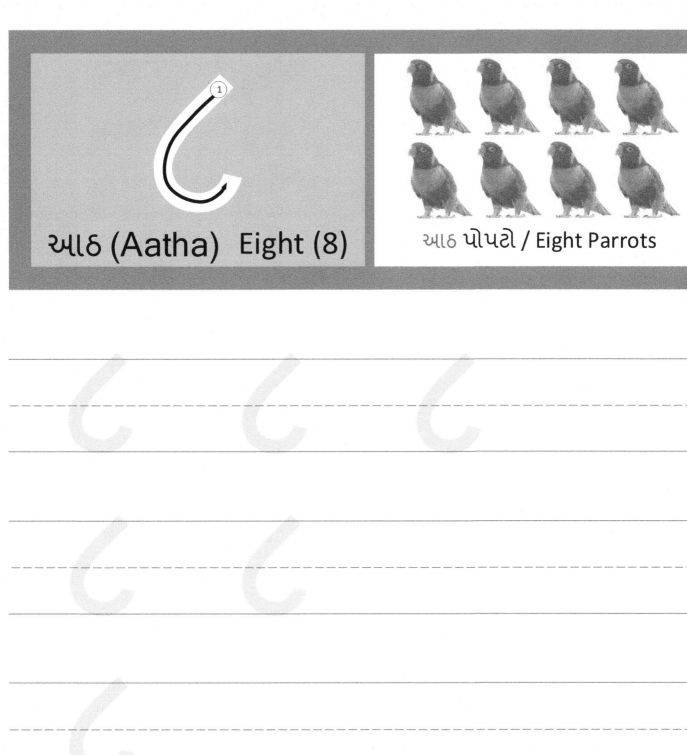

નવ (Nava)   Nine (9)

નવ ઘોડા / Nine Horses

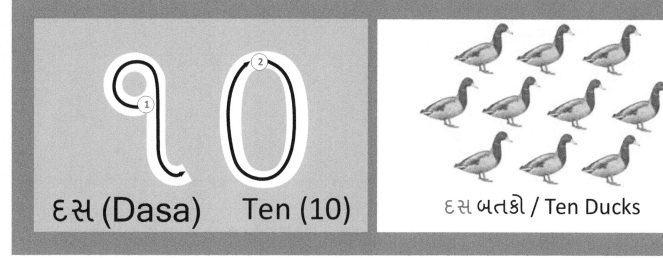

૧૦

દસ (Dasa) Ten (10)

દસ બતકો / Ten Ducks

૧૦ ૧૦ ૧૦

૧૦ ૧૦

૧૦

બહુ સરસ,
હવે

Name / નામ

ને ગુજરાતી
મા લખતા
આવડે છે.

Made in United States
North Haven, CT
15 January 2022